अखंड भारताचा शिल्पकार

चाणक्य

दिलीपराज प्रकाशन प्रा. लि. ™

२५१ क, शनिवार पेठ, पुणे - ४११०३०.

दिलीपराज प्रकाशनाची सर्व पुस्तके आता आपण Online खरेदी करू शकता. आमच्या Website ला कृपया अवश्य भेट द्या.

www.diliprajprakashan.in

दूरध्वनी क्रमांक (फॅक्ससहित) - २४४७१७२३, २४४८३९९५, २४४९५३१४

Email: diliprajprakshan@yahoo.in

अखंड भारताचा शिल्पकार

चाणक्य

कॅ. राजा लिमये

दिलीपराज प्रकाशन प्रा. लि.™
२५१ क, शनिवार पेठ, पुणे -४११०३०.

प्रकाशक

राजीव दत्तात्रय बर्वे

मॅनेजिंग डायरेक्टर,

दिलीपराज प्रकाशन प्रा. लि.

२५१ क, शनिवार पेठ,

पुणे - ४११ ०३०.

दूरध्वनी क्रमांक : २४४७१७२३, २४४८३९९५,

२४४९५३१४ (फॅक्ससहित)

© प्रकाशकाधिन

कॅप्टन राजा लिमये

१६, कांचनबन सोसायटी,

सेनापती बापट मार्ग, पुणे - ४११०१६.

प्रथम आवृत्ती - १५ जून २०१६

प्रकाशन क्रमांक - २२९५

ISBN - ९७८-९३-५११७-१३१-७

टाइपसेटिंग - सौ. मधुमिता राजीव बर्वे

पितृछाया मुद्रणालय, ९०९, रविवार पेठ,

पुणे - ४११००२.

मुखपृष्ठ - कैवल्य राम मशिदकर

वाचनाची खूप आवड असणारी आमची
हुशार नात चि. निकिता (B.E. Comp. Tech)
हिला अर्पण...

                  – कॅ. राजा लिमये

कॅ.राजा लिमये

मनोगत

'युद्धशास्त्राचा आद्य गुरू- श्रीकृष्ण,' हे श्रीकृष्णाच्या युद्धतंत्राचे विश्लेषण करणारे पुस्तक लिहीत असतानाच आचार्य चाणक्य यांच्याबाबतचा अभ्यास करण्याची संधी मला मिळाली होती. असंख्य लहान-मोठ्या गणराज्यांत विभागला गेलेला भारत पूर्णपणे असुरक्षित आहे, हे चाणक्यांनी ओळखले होते आणि त्याचा प्रत्यय अलेक्झांडरच्या आक्रमणाच्या वेळी आला होता. म्हणूनच विशाल असा अखंड भारत निर्माण करण्याचे स्वप्न उराशी बाळगून त्या प्रख्यात महामानवाने शोध घेतला. त्यासाठी योग्य असे लष्करी नेतृत्व हवे होते, त्याचा शोध त्यांना पाटलीपुत्राजवळील गोपाळांच्या वस्तीत लागला. तेथील त्या तेजस्वी पोराला उचलून त्याच्या 'मुरा नामक' आईच्या परवानगीने ते त्याला तक्षशिलेला घेऊन गेले आणि हिऱ्यावर पैलू पाडतात त्याप्रमाणे त्या पोरावर– म्हणजेच चंद्रगुप्तावर संस्कार करून एक राजनीतिज्ञ- युद्धशास्त्रज्ञ- असा कर्तबगार तरुण त्यांनी निर्माण केला. त्याच्याच साथीने आपल्या स्वप्नातील विशाल असा अखंड भारत त्यांनी निर्माण केला आणि त्या सामर्थ्यवान भारताचे सम्राटपद त्याच कर्तबगार चंद्रगुप्ताला बहाल करून हा महामानव तक्षशिलेला परतला. तिथेच त्याने 'कौटिलीय अर्थशास्त्र' हा जगप्रसिद्ध ग्रंथ लिहिला आणि चाणक्य जगाच्या पातळीवर चमकला.

भारतीय इतिहासाला चमकदार वळण लावणाऱ्या त्या महान व्यक्तित्वाची माहिती मला वेगवेगळ्या लेखकांनी लिहिलेल्या पुस्तकांतून मिळाली. त्यात होते प्रसिद्ध ग्रंथकार भा. द. खेर यांचे 'चाणक्य' हे पुस्तक. नंतर लष्करी इतिहासाचे प्रसिद्ध अभ्यासक, लेखक आणि प्रकाशक - माननीय श्री. ह. अ. भावे यांची 'चंद्रगुप्त आणि चाणक्य चरित्र' ही सुरेख पुस्तके. त्यांच्या या पुस्तकांचा मला खूपच उपयोग झाला. त्यांनी अर्थशास्त्रांवर थोडक्यात केलेले भाष्य तर माझ्यासाठी खूपच उपयुक्त ठरले.

याच वेळी आमची अभ्यासू नात चि. कु. निकिता हिला तिच्या वाढदिवसाच्या निमित्ताने तिची पी.आय.सी.टी.मधील मैत्रीण चि.कु.अक्षता

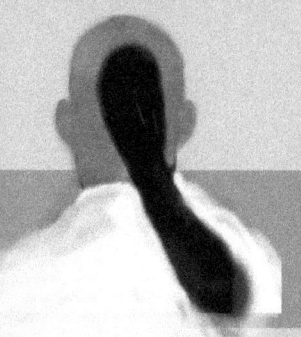

अखंड भारताचा शिल्पकार
चाणक्य

कुलकर्णी हिने दिलेले, प्रसिद्ध लेखक श्री. अश्विन सांघी यांनी इंग्रजीत लिहिलेले- 'चाणक्याज चॅट्स' हे पुस्तक माझ्या हाती लागले आणि या पुस्तकाचाही मला खूपच उपयोग झाला.

या सर्व लेखकांचा– विशेषत: मा. श्री. ह. अ. भावे यांचा मी आभारी आहे. त्यांना आवडणार नसले तरी मी त्यांचे मन:पूर्वक आभार मानतो. याशिवाय आमची कॉम्प्युटर इंजिनिअर होणारी नात चि. निकिताने आचार्य चाणक्यांविषयी काही माहिती इंटरनेटवरून प्रिंट आउटद्वारे मला दिली. तिचाही उपयोग झालाच. तिचे कौतुक करणे आवश्यकच आहे.

माझ्या या लेखनप्रपंचात मला हसतमुखाने सहकार्य देणारे श्रद्धा प्रिंटर्सचे श्री. श्रीकांत बेलवडे यांचे आभार मानणे आवश्यक आहे.

माझ्या सर्वच लेखनाचे उत्स्फूर्त स्वागत करून ते योग्य वेळी प्रकाशित करणारे दिलीपराज प्रकाशनचे मा. श्री. राजीवजी बर्वे आणि त्यांच्या सुविद्य पत्नी सौ. मधुमिता बर्वे या उभयतांचे कौतुक व मन:पूर्वक आभार; तसेच माझ्या सर्व पुस्तकांना आकर्षक करणारे दिलीपराज प्रकाशनातील आर्टिस्ट आणि इतर सर्वच हसतमुख सहकारी यांचे मनापासून कौतुक.

साऱ्या भारतीयांना कौतुक वाटते अशा आचार्य चाणक्यांवरील या पुस्तकाचे मराठी वाचक स्वागत करतील, ही खात्री आहे.

-कॅ. राजा लिमये

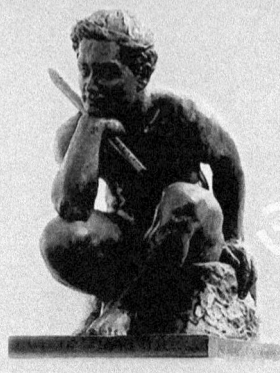

अनुक्रमणिका

अनुक्रमणिका

अखंड भारताचा शिल्पकार

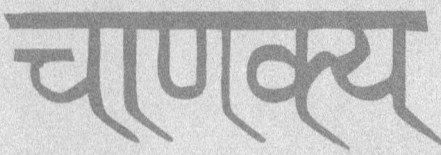

चाणक्य

– तत्कालीन भारत –

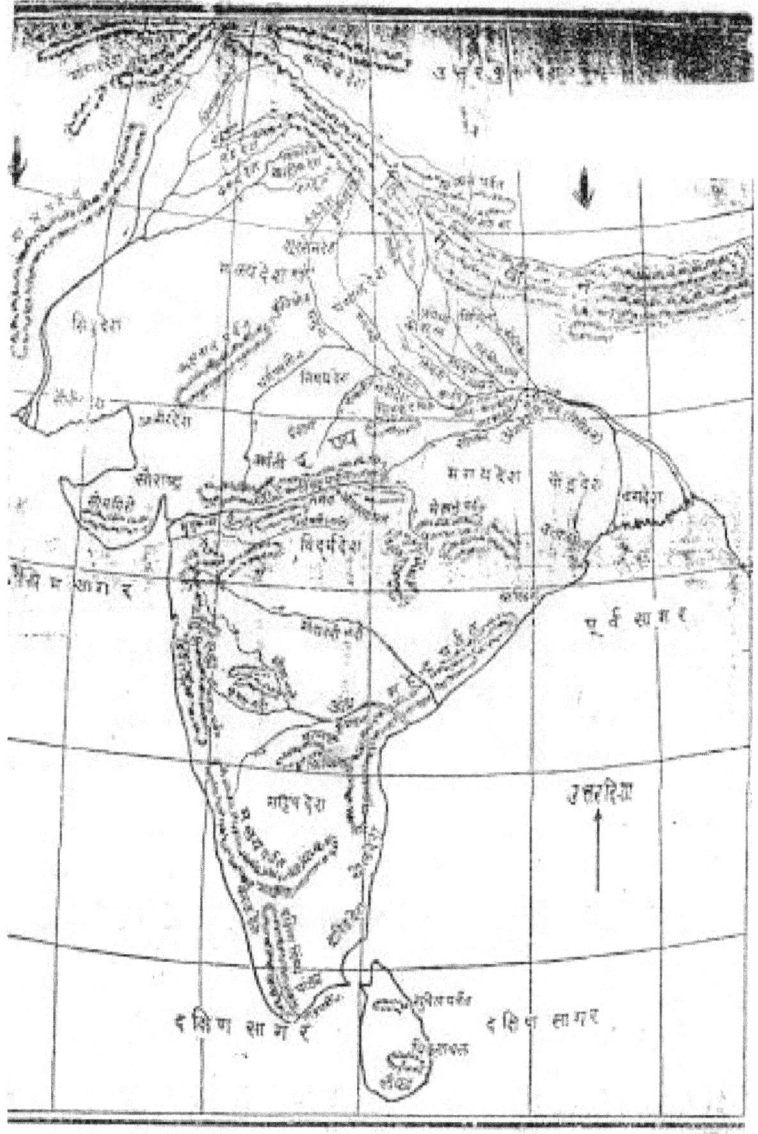

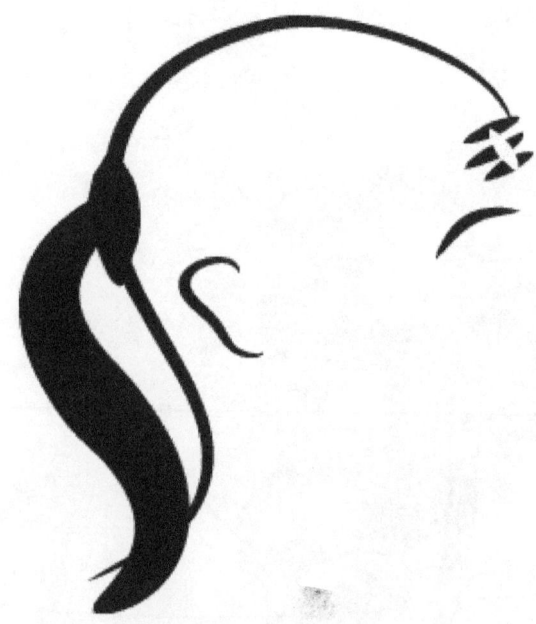

अखंड भारताचे शिल्पकार

चाणक्य

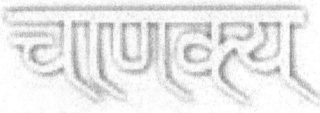

१

बालपण

सुमारे तेवीसशे वर्षांपूर्वीचा काळ होता तो. सारा भारत अनेकानेक लहान-लहान गणराज्यांमध्ये विभागला गेला होता. त्यात 'मगध'चेच एक भले मोठे राज्य होते, जिथे नंद घराण्याचे राजे राज्य करीत होते. सारे मगध देशाचे राज्य त्याची राजधानी पाटलीपुत्रासह अमावास्येच्या काळोखात बुडून गेले होते. त्याच अमावास्येच्या मध्यरात्रीच्या सुमारास एक नऊ-दहा वर्षांचा मुलगा गंगेच्या पात्राकडे निघाला होता. त्याने आपल्या सर्वांगाला तेल फासलेले होते. आधीच काळा-सावळा असलेला तो मुलगा अमावास्येच्या अंधारात मिसळून जात होता. गंगेच्या किनाऱ्यालगत आल्या-आल्या त्याला ज्या प्रचंड वटवृक्षाचा शोध घ्यायचा होता, तो समोरच दिसला.

गंगेच्या विस्तीर्ण पात्राच्या पार्श्वभूमीवर तो प्रचंड वटवृक्ष एखाद्या अक्राळ-विक्राळ राक्षसाप्रमाणे दिसत होता. त्याची एक जाडजूड फांदी जमिनीला समांतर अशी बाजूला आलेली दिसत होती. त्या काळोख्या रात्रीही त्याला ती फांदी झाडाजवळ आल्यानंतर स्पष्ट दिसायला लागली. त्या फांदीकडे त्याने निरखून पाहिले आणि त्याच्या लक्षात आले की, त्याला हवी होती ती तीच फांदी होती. त्याच फांदीच्या मधोमध त्याला काही तरी टांगलेले दिसत होते.

मगध राज्याचे एक मंत्री कात्यायन यांनी त्याला तीन दिवसांपूर्वी जे सांगितले होते, त्याप्रमाणेच त्या प्रचंड वटवृक्षाच्या फांदीवर टांगलेले काही तरी त्याला दिसले. ते काय आहे, हे त्याने लगेच ओळखले. कात्यायनजींनी त्याला सांगितल्याप्रमाणे त्या फांदीवर लटकणारी ती वस्तू म्हणजे त्याच्या पूज्य पिताजींचे कापलेले मस्तक होते. कात्यायनांनी सांगितल्याप्रमाणे 'मगध'चा जुलमी, अत्याचारी राजा धनानंद याने तीन दिवसांपूर्वी त्याच्या वडिलांचा— म्हणजेच मगध राज्यातील अत्यंत लोकप्रिय विद्वान पंडित कपिलदेव यांचा— क्रूरपणे शिरच्छेद केला होता. ते चणक गावचे राहणारे म्हणून चाणक या नावाने ओळखले जात असत.

कात्यायन यांनी त्या दिवशी काय काय घडले, हेही सविस्तर त्याला सांगितले होते. ते म्हणाले की, त्या दिवशी राजा धनानंद आपल्या दरबारात बसला होता. नेहमीप्रमाणे दरबार-सभागृह पूर्णपणे भरलेले असूनही राजा धनानंद आपल्या नेहमीच्या सवयीप्रमाणे एका हातात मद्याचा पेला घेऊन त्याच्या डाव्या-उजव्या आणि मागे उभ्या असलेल्या सुंदर तरुणींशी थट्टा-मस्करी करण्यात मग्न होता. आधीच तो मद्यधुंद होता, त्या अवस्थेतच त्याचे लक्ष त्याच्या एका हाताला उभे राहिलेले त्याचे महामंत्री शकदाल उभे राहिलेले त्याने पाहिले. त्यांना उभे राहिलेले पाहून राजाने हसतच आपल्या डाव्या हाताला उभ्या असलेल्या तरुण सुंदरीकडे पाहिले. तिनेही त्याला हसतच प्रतिसाद दिला. झाले... आधीच राजाच्या वर्तनाने चिडलेला महामंत्री शकदाल याचे माथे भडकले. शकदाल हे एक अत्यंत कर्तव्यदक्ष, प्रजेचे यश नजरेसमोर ठेवून वागणारे राजा धनानंदाचे महामंत्री होते. मगधच्या प्रजेचेही ते अत्यंत लाडके होते.

उभे राहिलेल्या शकदालांनी राजाची ती नजर ओळखली, त्यातील कुत्सितपणाही त्यांच्या नजरेत भरला आणि ते एकदम भडकले. राजाला उद्देशून म्हणाले, ''राजा, प्रजेचे पालन करून सदैव त्याच्या सुखासाठी झटणे, हे राजाचे कर्तव्य असते. त्यासाठी राजाने स्वत:च्या वर्तणुकीतून प्रजेपुढे आदर्श निर्माण होईल, अशी वर्तणूक ठेवणे अत्यंत आवश्यक आहे...'' एवढे बोलून ते क्षणभर थांबले. तेवढ्यात राजा त्यांच्याकडे पाहत हसत म्हणाला,

''बोला महामंत्री शकदाल, बोला. आम्ही ऐकतोय.''

महामंत्री शकदाल म्हणाले,

''राजन, आज बोलणारच आहे मी. तुम्ही लक्षात घ्या की— भर दरबारात मद्यधुंद अवस्थेत या तरुणींच्या गराड्यात तुमचे जे चाळे चाललेले असतात, ते सभाजनांपुढे कोणते आदर्श निर्माण करीत असतील, याचा विचार करा. हे अत्यंत घृणास्पद असून राजाला अशोभनीय असे वर्तन आहे.'' ते पुढे म्हणाले,

''राजा, राजाचे कर्तव्य असते ते प्रजेचे रक्षण करणे, पण तुझा सगळा वेळ मदिरा आणि मदिराक्षी यांच्यातच जात असल्याने तुझ्या राज्यात कोणीही— विशेषत: महिला तर— मुळीच सुरक्षित नाहीत. रोज गंगाकाठी दोन-तीन बलात्कारित तरुणींचे मृतदेह सापडतात, हे तुला शोभनीय नाही.''

धनानंदाचा पारा आता चढत होता. त्यातच मद्याचाही प्रभाव वाढत चालला होता. त्याला शकदाल पुढे म्हणाले,

''राजा, तुझ्या नावाप्रमाणेच तू सदा धनाच्याच आनंदात बुडालेला असतोस,

धनांच्या राशी- सुवर्णांच्या राशी गोळा करणे, हेच तुझे उद्दिष्ट असते...''

हे ऐकताच राजा संतापाने ओरडला—

''बास महामंत्री, बास! इतका वेळ तुमची बडबड ऐकली; आता ताबडतोब इथून निघा. तुम्हाला मी बंदिवासात टाकणार आहे, म्हणून सांगतो— ताबडतोब घरी जाऊन आपल्या बायको-मुलांना भेटून या, कारण यानंतर तुमची आणि त्यांची भेट होणार नाही. माझे रक्षक तुम्हाला बंदिवासात टाकणार आहेत. निघा तुम्ही...''

राजाचे ते शब्द ऐकताच शकदाल क्षणभरही तिथे न थांबता सरळ बाहेर पडले. त्याच वेळी राजाने आपला एक विश्वासू मंत्री राक्षस याला शकदाल यांना कैद करून छळगृहात टाकण्याचे आदेश दिले.

गंगाकाठी उभ्या असलेल्या त्या लहानग्या मुलाला कात्यायनजींचे ते शब्द आठवत होते. त्याचबरोबर त्याला हेही आठवले की, शकदाल राजाच्या दरबारातून निघाले ते सरळ आपला विश्वासू विद्वान मित्र कपिलदेव म्हणजेच त्या मुलाच्या— विष्णूच्या— घरी आले.

त्यांनी कपिलदेवांना म्हणजेच चाणक यांना दरबारात काय घडले ते सांगितले आणि मी येथून घरी जाताच राजाचे रक्षक मला अटक करतील, हेही सांगून कपिलदेवांना विनंती केली होती की, यानंतर राजाच्या कुकर्मांविरुद्ध जगजागृती करण्याची जबाबदारी त्यांनी स्वीकारावी.

त्यांचे बोलणे ऐकून लहानग्या विष्णूचे वडील कपिलदेव आणि आई सरस्वती शकदालांकडे सुन्न होऊन पाहतच राहिली. क्षणभरातच सावरून कपिलदेवांनी त्यांना आश्वासन दिले,

''मित्रा, तू काळजी करू नकोस; ही जबाबदारी आता मी स्वीकारतो. आता जगजागृती करणे ही माझी जबाबदारी.'' कात्यायनजी हे सांगत असताना विष्णूच्या नजरेसमोर ते चित्र उभे राहिले, कारण तो घरी असताना त्याच्यासमोरच हे घडले होते. आता तो कात्यायनजींकडे आला होता. त्याच्या वडिलांनी शकदालांना आश्वासन दिल्यानंतर ते आपल्या घरी बायकोला आणि लहान्या मुलाला म्हणजे सिद्धार्थला भेटण्यासाठी गेले होते, हे विष्णूला माहीत होते. त्याला हेही माहीत होते की, शकदाल त्यांच्या घरून निघून गेल्यानंतर त्याचे वडील त्याच्या आईला म्हणाले,

''मी स्वत: जाऊन आता या अत्याचारी राजाच्या विरोधात जनजागृती करणार आहे. मी जाऊन येतो.''

असे म्हणून ते घरातून बाहेर पडले होते. पण त्यानंतर ते घरी परतले नाहीत म्हणून त्याच्या आईने— सरस्वतीने त्याला 'कात्यायनजींकडे चौकशी करून ये'

म्हणून धाडले होते.

तो घरी आल्यानंतर कात्यायनजींनी त्याला शकदाल राजाच्या दरबारात राजासमोर काय बोलले, हे सांगितल्यावर मग शांतपणे विष्णूला त्याच्या वडिलांबद्दल ती दु:खद बातमी दिली. ती बातमी तो घरी येताच त्याला सांगणे त्यांना बरे वाटले नाही म्हणून, शकदालांबद्दल पूर्ण माहिती सांगितल्यावर ते म्हणाले,

"विष्णू, शकदाल आपल्या बायकोला व मुलाला भेटून बाहेर येताच त्या दुष्ट सेवकांनी त्यांना अटक केली आणि त्यांना ओढत-ओढतच ते त्यांना छळ-कोठडीकडे घेऊन गेले. अर्थात राजाचा आणखी एक मंत्री राक्षस तिथेच होता. शकदालांना घेऊन जाणाऱ्या सुरक्षारक्षकांना गुपचूप एक सूचना केली की, शकदाल हे आपले प्रधानमंत्री आणि लोकप्रिय ब्राह्मण आहेत. त्यांना कोणताही त्रास होणार नाही, याची दक्षता घ्यायला तुरुंगप्रमुखांना सांगा. अर्थात हे दुष्ट राजा धनानंदाला कळणार नाही याची त्यांनी दक्षता घेतली. रक्षक शकदालांना घेऊन गेले."

हे ऐकल्यावर कात्यायनजींना विष्णू म्हणाला, "माझे तात... शकदालांचे बोलणे ऐकल्यावर एकदम सुन्न झाले होते. थोड्याच वेळात सावरल्यावर त्यांनी आईला सांगितले की, मी आता शांत बसू शकणार नाही. त्या दुष्ट राजाच्या विरोधात मी जनजागृतीला लगेच प्रारंभ करणार आहे, असे बोलून ते तडक घराबाहेर पडले. आता संध्याकाळ होत आली तरीही ते अजून घरी परतले नाहीत, म्हणून आई काळजीत पडली आहे. तिनेच मला तुम्हाला विचारण्यासाठी धाडले आहे." विष्णूने आपले वाक्य पूर्ण केले. ते ऐकल्यावर कात्यायनजी त्याला सावकाश म्हणाले,

"विष्णू, मी तुला जे सांगणार आहे, ते शांतपणे ऐक. तुझे तात घरून निघाल्यावर राजदरबाराच्या सभागृहासमोरील बाजारात आले आणि तेथील एका चौथऱ्यावर उभे राहून त्यांनी मोठ्या आवाजात बोलायला सुरुवात केली - ते म्हणाले, "लोकहो, ऐका. आपल्या या लोभी आणि दुष्ट राजाने आपले लोकप्रिय महामंत्री शकदाल यांना अटक करून त्यांची छळ-कोठडीत रवानगी केली आहे. कारण काय तर म्हणे महामंत्री शकदालांनी भर दरबारात राजाची कृष्णकृत्ये उघड केली. नेहमीच मद्यधुंद असून तरुणींच्या घोळक्यात राहून राज्यकारभार आणि प्रजेच्या कल्याणाकडे राजा कसा दुर्लक्ष करतो, हे त्यांनी स्पष्टपणे सांगितले. त्यांच्या त्या स्पष्ट बोलण्याने राजा डिवचला गेला आणि त्याने लगेचच त्यांना छळ-कोठडीत धाडण्याचा आदेश दिला आणि आता तो महान महामंत्री छळ-कोठडीत पडला आहे.'

त्याचाच विचार विष्णूच्या मनात येत होता, कारण जर कात्यायनजींनी सांगितल्याप्रमाणे त्या छळकोठडीचा प्रमुख असलेला क्रूरकर्मा गिरिका म्हणजे एक

भयानक अधिकारी होता. राजा धनानंदाच्या म्हणण्याप्रमाणे गिरिकाने एकदा जरी त्याच्या पद्धतीप्रमाणे महामंत्री शकदालजींचा छळ केला असता, तरी शकदालजी त्या छळामुळे लगेच कोसळले असते. राजा धनानंदाच्या म्हणण्याप्रमाणे गिरिकाने एकदा का तापलेली सळई गुदद्वारात खुपसली की महामंत्र्यांची सगळी रग उतरून जाईल. गिरिका मग दोन्ही गालांमध्ये दाभण खुपसून गालांनाही भोके पाडतो, चिमट्याने दात उपसून काढतो. वगैरे... या विचारांनीच विष्णूच्या अंगावर शहारे आले होते. सुदैवाने मंत्री राक्षसाने गिरिकाला निरोपच धाडल्याने आता तसे होणार नाही, अशी त्याला आशा वाटत होती.

विष्णू या विचारात असतानाच कात्यायनजी त्याला अत्यंत मृदू शब्दांत म्हणाले,

"विष्णू, बाजारातील तुझ्या तातांच्या त्या ज्वलंत भाषणाने जमलेला जनसमुदाय पेटून उठत होता- त्यात तुझे वडील पुढे म्हणाले, 'जनहो, अशा लोभी आणि प्रजेच्या कल्याणाऐवजी स्वत:ची तुंबडी भरून धनाच्या राशी गुप्तपणे जमा करणाऱ्या या स्वार्थी, मद्यपी राजाला राजगादीवर बसण्याचा अधिकार नाही. त्याला खाली खेचले पाहिजे...!'

"तुझे तात एवढे बोलत आहेत तोच संतापाने पेटलेला राजा धनानंद आपल्या सुरक्षासैनिकांसह तिथे आला आणि ओरडला, 'कपिलदेवा- स्वत:ला फार विद्वान, शहाणा समजतोस काय? मला राजगादीवरून खाली खेचणार काय? रक्षकांनो, पाहता काय— उडवा या राजद्रोह्याचे मुंडके— शिरच्छेद करा त्याचा...'

"राजाची आज्ञा ऐकताच एक-दोन सुरक्षारक्षक तलवारी सरसावून तुझ्या तातांकडे धावले. त्यापैकी एकाने चौथऱ्यावर चढून तलवारीच्या एका घावातच तुझ्या विद्वान तातांचे शिर धडावेगळे केले.

"पुढे ऐक विष्णू... त्या क्रूर राजाने सुरक्षारक्षकांना सूचना दिल्या की, या विद्वान ब्राह्मणाचे हे शिर गंगेच्या काठावरील त्या पवित्र वडाच्या झाडाच्या फांदीवर टांगा, ते त्याच्याच शेंडीची गाठ मारूनच. त्या झाडाला पवित्र मानत असल्याने इतर कोणी त्या झाडाला शिवणार नाही आणि त्याचे धड गंगेच्या काठावर टाकून द्या."

हे सांगत असताना त्यांनी विष्णूकडे पाहिले. त्या लहानग्या मुलाने आपले डोळे झाकून घेतले होते. त्याच्या डोळ्यांतील आसवे हातांतून खाली गळत होती. कात्यायन त्याच्या जवळ गेले. त्याला त्यांनी जवळ घेतले आणि ते म्हणाले,

"विष्णू, तुझ्यावर आणि तुझ्या आईवर काय परिस्थिती गुदरली आहे, याची मला जाणीव आहे. तू घरी जाऊन तुझ्या आईला ही माहिती दे आणि पुढचे ऐक.

तिला धीर दे. मी तुमच्या पाठीशी आहे. तू मात्र शक्य तितक्या लवकर या पाटलीपुत्रातून निघून जा, कारण त्या दुष्ट राजाची अजून तरी तुझ्यावर नजर पडली नाही; पण त्याच्या डोक्यात केव्हा काय येईल, काही सांगता येत नाही. म्हणून या दोन-तीन दिवसांत गावात न फिरता लपूनच राहा आणि तीन दिवसांनी येणाऱ्या अमावास्येच्या रात्रीच्या काळोखात मी तुला सांगितलेल्या गंगेच्या काठावरील त्या वडाच्या वृक्षावरील तुझ्या पिताजींचे शिर काढून घे. त्यानंतर ते घेऊन गंगा नदीचे पात्र ओलांडून पलीकडे जा. पिताजींच्या देहाची तू काळजी करू नकोस. गंगा ओलांडल्यावर तुला तिथे सर्व कळेलच, कारण मी गुप्तपणे त्याची व्यवस्था करणार आहे आणि मला असे वाटते की, तिथून तू सरळ उच्च शिक्षण मिळविण्यासाठी तक्षशिला विद्यापीठात जावेस. तू हुशार आहेस. आयुष्यात तेथील उच्च शिक्षण आणि वास्तव्य तुला खूप उपयुक्त ठरेल.''

विष्णूने डोळ्यांवरील हात काढले. त्याच्या चेहऱ्यावर आता खंबीर भाव होते. तो म्हणाला,

"कात्यायनजी, माझे वडील मला सतत तेच सांगत असत. ते म्हणायचे, 'विष्णू, तुझी बुद्धिमत्ता असामान्य आहे, अलौकिक आहे. इथे पाटलीपुत्रात राहून तुझी बुद्धिमत्ता कुजवण्यापेक्षा तू भारतातील जगप्रसिद्ध अशा तक्षशिला विद्यापीठात जा. तिथेच तुझा विकास होईल. आमचे आशीर्वाद तुझ्या पाठीशी आहेत'...

कात्यायन म्हणाले,

"विष्णू, मी तुला...''

ते पुढे बोलणार इतक्यात विष्णूने त्यांना थांबविले. तो म्हणाला,

"कात्यायनजी, मी आता विष्णू म्हणून ओळखला जाणार नाही. आमचे मूळ घराणे 'चणक' गावचे असल्याने माझ्या तातांनी 'चाणक' हे नाव धारण केले होते. मी त्यांचाच पुत्र आहे, म्हणून मी आजपासून माझे नाव 'चाणक्य' हे असेल. मला तुमचे आशीर्वाद हवेत.''

कात्यायन लगेच म्हणाले,

"विद्वान चणकांच्या बाळा चाणक्या, आमचे शुभाशीर्वाद तर सदैव तुझ्या पाठीशी आहेतच. तू खरोखरीच तक्षशिलेला जा, तिथेच तुझा विकास होईल. तू खरोखरीच एक विद्वान महापुरुष होऊन बाहेर येशील.''

ते पुढे म्हणाले,

"बाळा चाणक्या, तू आता घरी जा. तुझी आई तुझ्या वडिलांची वाट पाहत असेल. तिला तू त्यांच्या निधनाची बातमी सांग. तिचे सांत्वन कर. पुढील दोन-तीन

दिवस तिच्याबरोबर राहा आणि मी सांगितल्याप्रमाणे अमावास्येच्या काळोख्या अंधारात पुढील हालचाल कर. तुझ्या आईची काळजी करू नकोस.''

चाणक्य कात्यायनजींच्या पाया पडला आणि त्यांचा निरोप घेऊन तडक घरी आला. आता अंधारून आले होते. तो घरात शिरला. त्याची आई घरात चुलीपाशी बसलेली होती, ती आपल्या पतीच्या आणि मुलाच्या वाटेकडे डोळे लावूनच.

चाणक्य तिच्या जवळ जाऊन म्हणाला,

''आई, मी... मी आलो आहे.''

आईने लगेच मान वर केली आणि त्याला पाहून म्हणाली,

''ये बाळ, ये. मी तुमचीच वाट पाहत होते. आणि तुझे तात कुठे आहेत? मला आपल्या ओसरीवर त्यांची पावले वाजण्याचा भास सारखा होतो आणि वाटते की, ते आले.''

तिच्याकडे गंभीरपणे पाहणाऱ्या विष्णूने तिला शांतपणे सांगण्याचा प्रयत्न केला.

''आईऽऽ आ ऽ ऽ ऽ ऽ ई...''

लहानग्या विष्णूच्या तोंडातून शब्द फुटेना.

आईने अधीरतेने विचारले,

''अरे बाळा, सांग ना— सांग ना कुठे आहेत तुझे तात?''

''आईऽऽ'' अखेरीस धीर करून तो म्हणाला,

''आईऽऽ आई... तात आता येणार नाहीत.''

''म्हणजे?'' त्याची आई कळवळून म्हणाली, ''म्हणजे... तुला काय म्हणायचंय बाळा, सांग ना?''

''आईऽऽ'' विष्णूने आवंढा गिळला आणि तो कसेबसे म्हणाला, ''आई, तात आता या जगात नाहीत...''

''म्हणजे-'' त्याची आई कळवळून ओरडली.... ''म्हणजे काय?''

''आई'', विष्णू आता स्पष्टपणेच म्हणाला, ''त्या दिवशी घरातून गेलेल्या पिताजींनी बाजारातील भर चौकात एका चौथऱ्यावर उभे राहून दुष्ट राजा धनानंदाला खूप नावे ठेवली. त्याच्या अन्यायी वागणुकीबद्दल ते खूप-खूप बोलले.''

''बरं, मग-?'' त्याच्या आईनं उत्सुकतेने विचारले.

''मग काय आई... ही माहिती कोणी तरी राजाला पुरविली आणि राजा स्वत: आपल्या सुरक्षारक्षकांना घेऊन तिथे आला. तात त्या वेळी जोरजोरात ओरडून राजाला नावे ठेवत होतेच...

"राजाने ते ऐकले. तो भयंकर संतापला आणि ओरडला, 'हा -हा स्वत:ला विद्वान ब्राह्मण खूप महान समजतो काय?' आणि मग आपल्या सुरक्षारक्षकांकडे पाहून तो ओरडला, 'पाहता काय... शिरच्छेद करा त्या हरामखोराचा.' आणि त्या दुष्ट रक्षकांनी तातांचा लगेच शिरच्छेद केला!"

विष्णूचे ते शब्द ऐकताच त्याच्या आईने देवासमोर डोके टेकले आणि त्या रडायला लागल्या. आईचे कसे सांत्वन करावे हे लहानग्या विष्णूला कळेचना. तो "आईऽऽगं-आईऽऽगंऽ असे रडू नकोस गं... मी— मी आहे ना..." असं काहीसं बडबडत होता.

सुन्न झालेल्या आईनं आता विष्णूला जवळ घेतले आणि कळवळून त्याला म्हणाली,

"अरे बाळा, तू तर आहेसच; पण... पण..."

"आईऽऽ" रडवेला होत विष्णू म्हणाला, "आई, मला कळतंय गं तुझं दुःख - पण मी तुला इतकेच सांगतो, याचा बदला घेतल्याशिवाय मी राहाणार नाही..."

"विष्णू... बाळाऽऽ" एवढेच बोलली ती आणि समोरच्या देवाच्या पायावर पुन्हा डोके टेकले. तिचे भान हरपले होते.

विष्णू कावराबावरा झाला होता. आई सकाळपासून जेवली नाही, हे त्याला दिसत होते. पण आपण काय करू शकतो, हेच त्याला सुचत नव्हते. तोही सुन्न होऊन तिच्याजवळ बसून राहिला... रात्र सरत होती. सकाळपासून स्वयंपाक तयार असूनही सरस्वती— म्हणजेच त्याची आई जेवली नव्हती. तोही न जेवताच आई जवळ पडला होता. त्या अवस्थेतच पहाट केव्हा झाली, त्याला कळलेच नाही.

सकाळचा उजेड येताच तो उठला. आई तशीच देवांच्या पायाशी कलंडलेली होती. तो हळूच उठला. आईला म्हणाला,

"आई, मी गंगेवर जाऊन स्नानसंध्या करून येतो."

आईने नुसतेच 'हुं' केले आणि तो बाहेर पडला. गंगेवर येऊन त्याने स्नान उरकले, काठावर बसूनच संध्याही केली आणि ओल्या कपड्यांचे बोळे घेऊन तो घरी आला. कपडे वाळत घातले. नेहमीप्रमाणे देवांना नमस्कार करून आईलाही वाकून नमस्कार केला आणि म्हणाला,

"आई, मी धान्य घेऊन येतो."

पुन्हा एकदा आईचा फक्त 'हुं' - एवढाच प्रतिसाद मिळाला. तो ऐकूनच तो निघाला. बाजारात आला. त्याने धान्याची चौकशी सुरू केली. दुकानदारांचा प्रतिसाद

मोठा विचित्र होता. कोणी त्याला उत्तरेच दिली नाहीत, तर कोणी धान्य नाही म्हणूनच त्याला परतवले. एकदोघांनी मात्र सरळ-सरळ त्याला सांगून टाकले-

"माफ कर, तुला धान्य मिळणार नाही. राजाज्ञाच आहे तशी-"

तो एवढासा आठ-नऊ वर्षांचा पोरगा कावराबावरा झाला. 'राजाज्ञा' याबाबतीत तो विचार करू लागला. 'प्रजेचे कल्याण हे राजाचे कर्तव्य असते. पण या स्वार्थी राजाचे वागणे सगळेच विषारी आहे. प्रजेची त्याला काळजीच नाही.' तात म्हणाले, ते सत्यच होते... ठीक आहे परमेश्वरच मार्ग दाखवील... असे मनात म्हणत तो घरी आला.

आई तशीच पडून होती. तिने सर्वस्व गमावले होते, पण तिचा विष्णू तर होता ना! पण तोही अध्ययनासाठी तक्षशिलेला जाण्याच्या विचारात होता. एकूण परिस्थिती पाहून तो आईला म्हणाला,

"आई, तू काळजी करू नकोस. मी तक्षशिलेला नाही जाणार."

त्याचे शब्द ऐकताच सरस्वतीमधील आई खडबडून जागी झाली. ती लगेच त्याला म्हणाली,

"बाळा विष्णू, असं मुळीच करायचं नाही. तुझे तात मला नेहमी सांगायचे की, आपल्या विष्णूत असामान्य बुद्धिमत्ता आहे, त्याची आकलनशक्ती दांडगी आहे. तो इथे राहिला, तर त्याचा विकास खुंटून जाईल. म्हणूनच त्याला तक्षशिलेला धाडण्याचे ठरविले आहे."

विष्णू कळवळून म्हणाला,

"पण आई- तुझी तब्येत..."

आई लगेच म्हणाली,

"बाळा, बोलू नकोस माझ्या तब्येतीबाबत; ती सुधारेल सावकाश. तू ठरल्याप्रमाणे तक्षशिलेला जायचंस. तुझे तात म्हणत होते त्याप्रमाणे या विद्यापीठात अभ्यासक्रम पूर्ण करून तू खरोखरीच एक विद्वान, महान आचार्य होशील... आणि तेच त्यांचे स्वप्न होते. मग जाणार ना बाळा...?"

लहानग्या विष्णूच्या डोळ्यांतून वाहणारा आसवांचा पूर पाहून ती माताच त्याला म्हणाली,

"आधी डोळे पूस बरं - आणि तयारीला लाग..." कसेबसे 'बरं' असे म्हणत, विष्णू उठला. आई पुन्हा देवांसमोर कलंडली.

"मी येतो गं जाऊन- सिद्धार्थकाकडे—" असे म्हणून विष्णू घराबाहेर पडला आणि तडक तो सिद्धार्थकाच्या घरी म्हणजेच एके काळचे महामंत्री शकदालांच्या

घराकडे निघाला. सिद्धार्थक हा शकदालांचा पुत्र आणि विष्णूचा मित्र होता.

सिद्धार्थकाच्या आईनं त्याला त्याच्या आईबद्दल विचारले. विष्णूच्या डोळ्यांत पाणी तरारले. तो म्हणाला,

"आई, आईनं जेवणखाण सोडलं आहे. तातांच्या शिरच्छेदाची माहिती मिळाल्यापासून ती देवांसमोर कलंडलेली आहे. काल मात्र माझ्या तक्षशिला विद्यापीठात जाण्याबद्दल मला रागावून म्हणाली - 'तुला जायलाच हवे'! सांगा, या अवस्थेत तिला सोडून कसा जाऊ मी इतका दूर...?"

सिद्धार्थकाची आई लगेच म्हणाली,

"हे बघ बाळा, तुझी आई म्हणाली ते अगदी बरोबर आहे. तुझ्यासारख्या असामान्य बुद्धिमत्ता असलेल्या मुलाने इथे पाटलीपुत्रात राहून स्वत:च भविष्य कुजवून टाकण्यात काय अर्थ आहे? तुला जायलाच हवं. तुझ्या तातांचे ते स्वप्नं होतं..."

"पण - पण आईच्या या अवस्थेत..." विष्णू कसाबसा म्हणाला.

"तिची काळजी तू नको करूस - त्यांची काळजी आम्ही घेऊ." सिद्धार्थकाच्या आईनं त्याला आश्वासन दिलं.

त्यानंतर मात्र विष्णू काही बोलला नाही. तेवढ्यात सिद्धार्थकाच्या आईनंच त्याला विचारले,

"विष्णू बाळा, तुझी आई जेवत नाही, हे तू सांगितलंस... पण, तुझं काय? जेवला आहेस का तू? खरं सांग..."

विष्णू नुसताच खाली पाहत बसला. सिद्धार्थकाच्या आईला काय परिस्थिती आहे, हे लक्षात आले. त्यांनी लगेच आतून खायला आणून त्याला दिले आणि आग्रहाने त्याला खायला लावले. अर्थात त्याच्या घशाखाली घास उतरेना. सिद्धार्थकाच्या आईच्या समाधानासाठी त्याने कसेबसे दोन घास पोटात ढकलले आणि त्यांना नमस्कार करून तो 'येतो मी' असे सिद्धार्थकाला सांगून निघाला.

तो घरी आला, तेव्हा त्याने आपल्या आईचा विव्हळण्याचा आवाज ऐकला आणि तो तिच्याजवळ बसला. त्याने आईचा हात हातात घेतला आणि तो दचकलाच. आईचे अंग खूपच तापलेले होते. तापाने फणफणली होती ती. तो उठलाच लगेच. आधी जवळजवळ धावतच वैद्यबुवांकडे निघाला.

वैद्यबुवांच्या घरात शिरताच त्याने समोरच बसलेल्या वैद्यबुवांना वाकून नमस्कार केला. त्यांनी लगेच 'शुभं भवतु' म्हणून त्याला आशीर्वाद दिला आणि त्याच्याकडे पाहत म्हणाले,

"तू - तू 'विष्णू'च ना— म्हणजे कपिलदेवांचा मुलगा ना?'' "होय वैद्यबुवा, मी विष्णू— त्यांचाच मुलगा.'' विष्णू म्हणाला.

वैद्यबुवा म्हणाले, "बोल बाळा, कसा आला होतास?''

"बुवा, माझे तात गेल्याचे तुम्हाला माहीत असेलच?'' विष्णू म्हणाला.

"होय बाळ, सगळ्या गावाला माहीत आहे.'' बुवा म्हणाले.

"ते गेल्याचे समजल्यापासून आईने जेवणखाण सोडले आह. ती देवांसमोर लवंडलेली आहे आणि आज सकाळपासून तिला चांगलाच ताप भरला आहे. कण्हते आहे ती.'' विष्णू म्हणाला आणि त्यांनी बुवांना, "तुम्ही घरी येता का?'' विचारले.

त्याचे म्हणणे ऐकून बुवा लगेच 'अस्सं' म्हणून उठले. त्यांनी त्यांच्या औषधाच्या पुड्या करून त्याच्या हातावर ठेवल्या आणि म्हणाले,

"नीट ऐक— या पुड्या दिवसातून तीनदा दे. आत्ता घरी गेल्यावर एक दे, मग दुपारी एक आणि रात्री एक. याप्रमाणे पाण्याबरोबर दे.'' बुवा म्हणाले.

"पण बुवा, आईला पाहायला आपण घरी येणार ना?'' विष्णूने नम्रपणे विचारले.

"नाही रे बाळा, तुझ्या घरी येणं नाही जमायचं. मी तुला सांगितलं त्याप्रमाणे आईला औषध दे. समजलं?'' बुवा समजावणीच्या स्वरात म्हणाले.

विष्णूला ते का येणार नाहीत, हे कळले नाही. त्याने पुन्हा विचारले. वैद्यबुवा लगेच म्हणाले,

"बाळा, सांगितले ना तुला— तुझ्या घरी येणे जमणार नाही. तुला कारण हवे आहे ना - मग ऐक. राजाज्ञाच आहे तशी.''

"राजाज्ञा - राजाज्ञा.! बरं, ठीक आहे, येतो मी.'' असे म्हणून विष्णू परत फिरला. घरी परतल्यावर त्याने आईला औषध देण्याचा प्रयत्न केला. पण आईला काही ती औषधाची पुडी घेणं जमलं नाही. तो थकला प्रयत्न करून. अखेर आईच आपल्या खोल गेलेल्या आवाजात म्हणाली, "विष्णू बाळा, आता औषधाचा मला काही उपयोग नाही रे... मला आता आस आहे ती यांना भेटण्याची!''

विष्णू कळवळला आणि आईजवळ बसून त्याने तिचा हात हातात घेतला. ताप अजून तसाच होता. आई तळमळत होती. विष्णू कासावीस झाला होता. तापलेला हात हातात धरून तो विचार करीत होता...

'राजाज्ञा म्हणे, राजाज्ञा!' तातांचा शिरच्छेद केल्यावर आता सारे कुटुंबच उद्ध्वस्त करण्याचा त्या दुष्ट राजाचा विचार दिसतोय. हा राजा प्रजेचे काय हित करणार? असू दे, त्यालाही याची फळे भोगावी लागतील.'

आपल्याशी बडबडत विष्णू तसाच आईजवळ बसून होता. दिवस संपला. दोघांच्याही पोटात काहीच गेले नाही. आईच्या पोटात तर गेले दोन-तीन दिवस अन्नाचा कणही गेला नव्हता आणि वैद्यबुवांनी तर रिकाम्यापोटी त्यांना औषध द्यायचे नाही, असं निक्षून सांगितले होते. हवालदिल झालेला विष्णू तसाच आईजवळ बसून राहिला. आता रात्र झाली होती. विष्णू तिथेच कलंडला. तापाने फणफणलेली आई कळवळत होती. विष्णूकडे काहीच इलाज नव्हता. निराशेने त्रस्त झालेल्या विष्णूला झोप केव्हा लागली, कळलेच नाही.

उजाडताच तो तिरीमिरीने उठला. आईचा हात अलगद खाली ठेवून उठला आणि सरळ गंगेकडे धावला. तिथेच स्नानादी आन्हिक उरकून तो सरळ पाठशाळेत आला. पाठशाळेत आचार्य विद्यार्थ्यांचा पाठ घेत होते. हा आत जाताच तिथे असलेल्या सिद्धार्थक, अजय, विजय व वरुण या त्याच्या मित्रगणांच्या चेहऱ्यावर हास्याची लकेर उमटली. तेवढ्यात आचार्यांनी आपला पाठ आटोपता घेतला आणि ‘ॐ’चा उच्चार करून ते विष्णूकडे वळून म्हणाले,

“विष्णू बाळ, कसा आलास तू?”

त्याच्या उत्तराची वाट न पाहताच ते त्याला बस म्हणूनही न म्हणताच म्हणाले,

“हे बघ विष्णू, आज तू आलास हे ठीक आहे; पण यानंतर तू पाठशाळेत येऊ नकोस. अरे, राजाज्ञाच आहे ना!”

विष्णू आश्चर्याने त्यांच्याकडे पाहतच राहिला. तो त्यांना सांगणार होता की, आईची तब्येत खालावल्यामुळे त्याने ज्ञानार्जनासाठी तक्षशिलेला जाण्याचा जो बेत केला होता, तो रद्द केला आहे आणि याच पाठशाळेत येणार आहे. पण आचार्यांच्या त्या शब्दांनी त्याचे शब्द ओठांतच राहिले. तो तिरमिरीने तसाच बाहेर पडला. त्याचे मित्रही त्याच्या पाठोपाठ आले.... सिद्धार्थक, अजय व वरुण या तिघांना त्याने आईच्या तब्येतीची कल्पना दिली आणि आता घरी थोडे अन्न घेऊन जाणार आहे, एवढे सांगून त्यांचा निरोप घेतला. तेव्हा ते म्हणाले,

“विष्णू, आचार्यांचे बोलणे ऐकून आम्हालाही वाईट वाटले, रागही आला. राजाज्ञेचा तुमच्या घराला जो त्रास होतो आहे, त्याची कल्पना आहे आम्हाला. बाकी लोक काहीही म्हणोत, आम्ही तुझ्या पाठीशी आहोत... जा तू आता. काळजी घे आईची.” निरोप घेताना सगळ्यांच्याच डोळ्यांत पाणी तरारले होते. विष्णू निघाला— तो पाच घरी माधुकरी मागून घरी काही अन्न नेता येते का, ते पाहावे म्हणूनच.

त्याला खात्रीचे वाटले, त्या घरासमोर उभे राहून त्याने याचना केली—

'ओम् भवति भिक्षां देहि।'

तो वाट पाहत असतानाच घराच्या मालकिणीने दार उघडले आणि त्याला पाहताच दार पुन्हा बंद करून टाकले. काय समजायचे ते विष्णू समजला आणि तो पुढच्या घरी गेला आणि त्याने पुन्हा तेच स्वर उच्चारले...

'ओम भवती भिक्षां देहि।'

त्याही घरात तोच प्रकार घडला. तिसऱ्या आणि चौथ्या घरातही तसेच घडले. पाचव्या घरात मात्र त्याचा आवाज ऐकून दार उघडलेल्या गृहिणीने त्याच्याकडे पाहिले आणि ती म्हणाली,

"थांब हं बाळ, क्षणभर..."

असे म्हणून ती आत गेली आणि काही तरी घेऊन दाराशी आली. विष्णूनं आपली झोळी समोर केली - तेवढ्यात त्या बाईचा नवरा मागून आला आणि आपल्या पत्नीवर ओरडला-

"काय चालवले आहेस तू हे? राजाज्ञा ऐकली नाहीस का? मग घेऊन जा परत हे आत— देशात दुष्काळ पडला आहे."

त्याची बायको आत जाताच विष्णूकडे पाहत तो म्हणाला, "बाळा, राजाचे गुप्तहेर सगळीकडे पाळत ठेवून आहेत, म्हणून..."

त्याचे बोलणे अर्धे तोडतच विष्णू म्हणाला, "ठीकच आहे ते." आणि समोर पसरलेली झोळी मागे घेऊन तो तडक घराकडे निघाला. घरात शिरला तो कानोसा घेत-घेतच. आत सगळं शांत होतं. तो सरळ आईजवळ येऊन बसला आणि त्यानं आईचा हात हातात घेतला आणि क्षणभर तो आनंदला. आईचा हात त्याला गार लागला. त्याला वाटले, आईचा ताप उतरला! म्हणून तिचा हात खाली ठेवत त्याने तिच्या कपाळाला तळहात लावून पाहिला... कपाळही गार-गार लागलं. तिचा गळाही गार लागला. आईचे सारे शरीर गार पडले होते. कालपर्यंत आई कळवळत होती, तो आवाजही आज येत नव्हता. मग मात्र तो दचकला, घाबरला. त्याने रडक्या आवाजात आईला हाक मारली. हूं नाही की चू नाही. त्याने तिचा हात पुन्हा हातात घेतला. त्याला काही समजेचना. मनगटापासून पंजापर्यंत सगळे लुळे पडल्यासारखे लोंबत होते. त्याने तिचा हात सोडला, तो खाली गळला. मग मात्र तो हादरला. त्याने तिच्या छातीवर डोके टेकले. छातीतली धडधडही ऐकू येत नव्हती. त्या लहानग्याच्या मनात वाईट शंका आली. आईचा ताप जाता-जाता तिचे प्राणही घेऊन गेला होता का... या शंकेबरोबरच त्याच्या तोंडून आर्त हाक बाहेर पडली.

"आऽऽऽ ई" असे कळवळून हाका मारीत, त्याने तिच्या शरीरावर डोके

टेकले आणि तो नऊ-दहा वर्षांचा छोकरा आता ओक्साबोक्शी रडायला लागला. त्याच्या आसवांनी आईचे शरीर भिजायला लागले. पुन्हा एकदा कळवळून 'आई-आईऽऽ आऽऽऽई' असे रडत-रडत म्हणतच तो उभा राहिला. आई त्याला सोडून गेली होती. त्याने एकदा तिच्याकडे पाहिले आणि डोळे पुसून तो घराबाहेर आला.

त्याने सरळ सिद्धार्थकाच्या घराकडे धाव घेतली. त्याला पाहताच सिद्धार्थक समोर आला— विष्णू अगदी कळवळून त्याला म्हणाला—

"सिद्धार्थका— माझी आई... माझी आई मला सोडून गेली."

त्याचे ते रडत-रडत उच्चारलेले शब्द ऐकून सिद्धार्थकाची आई समोर आली.

"कसं झाले रे विष्णू हे? परवाच मी तिला पाहायला कशीबशी गुप्तहेरांची नजर चुकवून जाऊन आले. तू घरी नव्हतास. मी तिचा हात हातात घेतला. कसेबसे डोळे किलकिले करून ती आपल्या खोल गेलेल्या आवाजात म्हणाली, 'विष्णू... विष्णू... तक्षशिला..." बास, एवढेच. मला तर तेव्हाच शंका आली होती बाळा. पण तू आता धीर सोडू नकोस हो."

असे म्हणून त्या सिद्धार्थकाला म्हणाल्या,

"बाळा सिद्धार्थका, तू जा त्याच्याबरोबर आणि सोबत अजय व वरुणलाही घेऊन जा. विष्णूला तुमची मदत लागेल आता..."

सिद्धार्थक विष्णूला म्हणाला,

"विष्णू, तू हो पुढे— मी अजय, वरुणला लगेच घेऊन येतो तुझ्या मागोमाग."

विष्णू घरी आला. काय करावे, हे त्याला सुचेना. आईच्या पायाजवळ डोके टेकून तो तिच्या शेजारी बसला. तो स्वत:शीच बोलत होता...

"आई, मला तक्षशिलेला जाता यावे म्हणून माझा मार्ग मोकळा करून तू तातांना भेटायला निघून गेलीस ना? सांग आई, खरे सांग..."

त्याच्या डोळ्यांतील आसवांनी आईचे गार पडलेले पाय भिजत होते... काही क्षणांतच अजय, वरुणला घेऊन सिद्धार्थक आला. तेथील परिस्थिती पाहिल्यानंतर सिद्धार्थक अजयला म्हणाला, "तुम्ही दोघे विष्णूजवळ थांबा, मी विष्णूच्या आईच्या अंत्येष्टीची तयारी करून येतो." ते ऐकताच अजय म्हणाला, "सिद्धार्थका, तूच विष्णूजवळ थांब, आम्ही दोघे जाऊन योग्य ती तयारी करून येतो."

सिद्धार्थकाने मान हलविली आणि अजय व वरुण पुढची तयारी करण्यासाठी निघून गेले.

सिद्धार्थकाने विष्णूला मानसिक दृष्टीने सावरण्याचा प्रयत्न केला. आपल्या

मित्रांची तत्परता आणि सहानुभूतीच्या दर्शनाने विष्णू थोडासा सावरला. पण त्याची आसवांनी भरलेली नजर आईवरून हटत नव्हती.

बऱ्याच वेळानंतर अजय आणि वरुण परतले, ते काहीच बरोबर न आणता. सिद्धार्थकाने त्यांच्याकडे पाहताच अजय म्हणाला,

"सिद्धार्थका अरे, अंत्यसंस्काराचे कोणतेही साधन आता सरळपणे मिळत नाही. या धनलोभी राजाने त्या वस्तूंवरही कर लादला आहे."

आश्चर्याने सिद्धार्थक म्हणाला,

"एकूण, या धनातच आनंद मानणाऱ्या धनानंदाने मृतांच्या टाळूवरील लोणी चाटायचेही सोडलेले नाही म्हणा ना!"

"तसेच आहे." वरुण म्हणाला. मग त्याने विचारले,

"आता काय करायचे रे?"

"मी सांगतो, काय करायचे ते." इतका वेळ अजय आणि सिद्धार्थकाचे बोलणे ऐकून विचारात गढून गेलेल्या विष्णूला त्याच्या वडिलांचे बोलणे आठवले.

तो त्याच्या वडिलांबरोबर असाच एक दिवस गंगेवर गेला असताना गंगेच्या काठावर काही मृतदेहांवर अग्निसंस्कार होताना त्याने पाहिले आणि तातांना विचारले,

"तात, गंगाकिनारीच हे अंत्यसंस्कार करतात का?"

त्याच्या तातांनी त्याला सांगितले होते -

"विष्णू, गंगा ही आपल्या महान भारताची पवित्र माता आहे. तिच्या काठी अंत्यसंस्कार केल्याने स्वर्गप्राप्ती होते. पण ज्यांना अग्निसंस्कार करणे जमत नाहीत, त्यांना आपल्या आप्तेष्टांचे कलेवर गंगार्पण केल्यास त्या मृतदेहाच्या आत्म्याला सरळ स्वर्गात प्रवेश मिळतो."

तातांचे ते उद्गार आठवून तो त्या तिघांना म्हणाला,

"आपण आईचा मृतदेह गंगेला अर्पण करू. त्याने तिच्या आत्म्याला सरळ स्वर्गात प्रवेश मिळेल."

"हो." ते सर्व एकदम म्हणाले.

विष्णू लगेच आईच्या पायावर डोके टेकून बसला. त्याच्या आसवांनी आईचे पाय भिजायला लागले. लगेच स्वतःला सावरून त्याने डोळे पुसले, मग आईकडे पाठ करून तो उभा राहिला आणि मित्रांना म्हणाला,

"मी आईचे पाय उचलतो. एक जण तिच्या डोक्याशी जा आणि दोघे तिच्या कमरेखालून दोन्ही बाजूंनी तिला धरा. मग तिला उचलून सरळ गंगेवर जाऊ."

सगळ्यांनी आपापल्या जागा घेतल्या आणि विष्णूने आपल्या आईचे पाय

उचलताच बाकी तिघांनी तिचे अत्यंत हलकेफुलके झालेले शरीर उचलले. विष्णूचे तोंड दाराकडे होते. 'चला' म्हणत त्याने चालायला सुरुवात केली आणि विष्णूच्या आईचा मृतदेह उचलून नऊ-दहा वर्षे वयाची ती मुले गंगेकडे निघाली. गंगेपर्यंतचा रस्ता विष्णूच्या पायांखालचाच होता.

गंगेवर आल्यानंतर गंगेच्या पाण्यात प्रवेश करण्याआधी विष्णूने गंगेला वंदन करून तो म्हणाला, "माते, माझ्या मातेच्या देहाचा स्वीकार कर."

इतके बोलून त्या चौघा मुलांनी आईचा देह गंगेच्या प्रवाहात सोडला आणि त्या देहाला मूक श्रद्धांजली वाहून देह त्यांच्या नजरेआड होईपर्यंत त्याकडे पाहत तो दिसेनासा होताच ते परत फिरले. विष्णूची गंगेच्या पाण्यात पडलेली आसवे गंगामातेच्या प्रवाहाबरोबर त्याच्या मातेच्या दिशेने निघाली. गंगा वाहत होती.

विष्णू आपल्या मित्रासह परत फिरला. घर जवळ येताच तो सिद्धार्थक, अजय आणि वरुण यांचा निरोप घेताना त्यांना म्हणाला,

"मित्रांनो, मी आता रजा घेतो. कात्यायनजींच्या सांगण्याप्रमाणे अमावास्येच्या मध्यरात्रीला मला माझ्या तातांच्या अंत्यविधीसाठी जायचे आहे. त्यातून आज 'सर्वपित्री' अमावास्या आहे. आजच माझ्या माता-पित्याचे अंत्यसंस्कार करण्याचे कार्य माझ्या हातून घडत आहे. नियतीच्या मनात पुढे काय आहे, ते बघू या. त्या दोघांच्या इच्छेप्रमाणे तक्षशिला हे माझे लक्ष्य आहे... तर, मी निघतो."

तिघाही मित्रांनी एकापाठोपाठ एक त्याचा हात हातात घेऊन त्याला निरोप देत असतानाच विष्णूला आपल्या घरातील त्याच्या तातांनी दाखविलेल्या राज्यशास्त्रावरील अनमोल ग्रंथाची आठवण झाली. त्याने सिद्धार्थकाला क्षणभर थांबण्यास सांगितले. त्याला घेऊन तो घरी आला. त्याने घरातील फडताळातून तो ग्रंथ काढला, तो सिद्धार्थकाच्या हातात दिला आणि म्हणाला,

"सिद्धार्थका, हा आमच्या घराण्यातील अत्यंत अनमोल असा राज्यशास्त्रावरील ग्रंथ आहे. मी आता पंधरा वर्षे तरी येणार नाही, तेव्हा याचा कृपया सांभाळ कर."

सिद्धार्थकानेही त्याला आश्वासन दिले-

"काळजी करू नकोस विष्णू, हा ग्रंथ आमच्याकडे सुखरूप राहील."

त्यानंतर त्यांनी एकमेकांचा निरोप घेतला आणि गंगेच्या काठावर ज्या ठिकाणी तो विशाल वटवृक्ष होता, त्या ठिकाणी विष्णू आला. त्याआधी घरात जाऊन त्याने आपल्या सर्व अंगाला तेल चोळून लावले.

त्या वटवृक्षाशी आल्यानंतर जेव्हा त्याने वृक्षाच्या एक आडव्या फांदीवर आपल्या पूज्य पिताजींचे मस्तक पाहिले, तेव्हा त्याच्या भावना पुन्हा उचंबळून

आल्या आणि त्या भावनांच्या भरातच त्याला गेल्या काही दिवसांत त्याच्या घरी घडून गेलेला घटनाक्रम आठवला. त्या आठवणींनी भारावून जाऊनच तो आपल्या पिताजींच्या मस्तकाकडे पाहत होता.

झाडाच्या ज्या फांदीवरून त्याला पिताजींचे ते मस्तक काढायचे होते, त्या प्रचंड वृक्षाच्या भल्या थोरल्या जाड बुंध्याकडे त्याने पाहिले. त्यावर चढणे सोपे नव्हते. तेवढ्यात त्याला त्या झाडाच्या खाली लोंबणाऱ्या अनेक पारंब्यांपैकी एक चांगली पारंबी थेट त्या आडव्या फांदीजवळूनच खाली आलेली दिसली. त्याने ती पारंबी पकडली, हलवून पाहिली आणि तिच्यावरून वर चढता येईल का याचा अंदाज घेतला. त्याच्यासारख्या शरीर कमावलेल्या चिवट मुलाला ते मुळीच अवघड नव्हते.

अर्थात त्याने पहिला प्रयत्न केला, तेव्हा मात्र त्याची पकड ढिली पडली; कारण त्याच्या सर्वांगाला तेल लावताना त्याच्या तळव्यांनाही तेल लागले होते. त्यामुळे त्याची पकड घट्ट बसत नव्हती. म्हणून खाली वाकून त्याने आपले तळवे पायाजवळच्या मातीत घासले, ते कोरडे केले आणि मग त्या पारंबीची पकड घेतली. तिला तो लटकला आणि पायांनी झाडाच्या बुंध्याला रेटा देत-देत तो वर चढू लागला. चढत-चढत त्या आडव्या फांदीशी येताच तो त्या फांदीवर बसला आणि हळूहळू आपल्या पिताजींच्या मस्तकाकडे सरकला.

त्याच्या पिताजींचे मस्तक त्यांच्या शेंडीने त्या बुंध्याला टांगलेले होते. आपल्या मांडीने त्या फांदीची पकड घेऊन तो पिताजींच्या मस्तकापर्यंत पोहोचला आणि त्याने फांदीवर बांधलेली तातांच्या शेंडीची गाठ सोडली. आधी थोडा त्रास झाला, पण त्याने चिकाटीने त्यात यश मिळविले. त्याने पिताजींचे मस्तक वर उचलून आपल्यासमोर धरले. त्यांचे डोळे सताड उघडे होते. गालावर खोल जखमा झालेल्या होत्या आणि त्यात किडे वळवळत होते. सगळ्यात भयंकर म्हणजे त्यांचे ओठ शिवलेले होते. अन्यायी, क्रूर राजाविरुद्ध तोंड उघडण्याची ती सजा होती. तातांचे हे हाल पाहून त्याच्या नेत्रांतून पुन्हा आसवे ओघळली.

पिताजींचे मस्तक त्यांच्या शेंडीनेच त्याने आपल्या गळ्यात बांधले आणि तो खाली उतरला. त्याने पिताजींचा चेहरा स्वच्छ केला. भरल्या डोळ्यांनी त्यांच्या कपाळाचे चुंबन घेतले, तेव्हा त्यांना उद्देशून तो म्हणाला,

"तात - माझ्या डोळ्यांतून वाहणारी ही आसवे अखेरचीच असतील... यानंतर आसवे येतील ती दुसऱ्या कोणाच्या तरी डोळ्यांतून वाहतील!"

इतके बोलून त्याने पिताजींचे मस्तक आपल्या उपरण्यात गुंडाळले आणि

आपल्या पाठीशी ठेवून उपरण्याच्या टोकांना समोर घेऊन गळ्याखाली गाठ मारली आणि तो गंगामातेच्या प्रवाहाशी आला. गंगेचे पात्र ओलांडून त्याला पलीकडे जायचे होते. तो गंगामातेच्या प्रवाहाशी सावकाश आला. गंगामातेला त्याने प्रणाम केला आणि त्याने स्वत:ला पाण्यात झोकून दिले. तो गंगाकाठीच लहानाचा मोठा झालेला असल्याने पोहण्यात चांगलाच तरबेज होता. शिवाय पाणी बाधू नये म्हणूनच त्याने सर्वांगाला तेलही चोपडले होते. झपाट्याने त्याने पाणी तोडण्यास प्रारंभ केला. काही वेळातच तो पलीकडच्या तीरावर पोचला.

अमावास्येच्या त्या काळ्याकुट्ट अंधारात त्याला हातात पेटलेली मशाल घेऊन समोर उभा असलेला एक जण दिसला. दहा वर्षांच्या त्या पोराला तो कोण आहे, हे समजेना. पण पाण्यातून बाहेर आलेला तो माणूस मशालीने खुणावत आपल्याला बोलावत आहे, हे विष्णूच्या लक्षात आले. तो गंगेचा काठ चढून त्याच्या जवळ गेला. तो पाठीवर मोठ्ठे कुबड असलेला एक काळा-सावळा भटजी असल्याचे त्याच्या लक्षात आले. त्याच्या डोक्यावरील घेरा आणि त्यामधील शेंडी, शिवाय जानवे हे स्पष्टपणे सांगत होते.

त्या भटजीने त्याला जवळ बोलावून त्याच्याजवळील त्याच्या पिताजींचे मस्तक बाजूच्या चितेकडे बोट दाखवून त्यावर ठेवण्यास सांगितले. त्या चितेवर त्याच्या पिताजींचे धड ठेवलेले होते. विष्णू पाहतच राहिला. त्या भटजींकडूनच त्याला समजले की, कात्यायनजींनी राजाच्या सुरक्षासैनिकांना लाच देऊन पिताजींचे धड पळवून आणून त्या ठिकाणी चिता वगैरे रचून ठेवण्याची व्यवस्था केली होती. नाही तरी भ्रष्टाचाराने बरबटलेल्या राज्यात लाचलुचपतीने अनेक कामे बिनबोभाट होत असतात, त्याचा फायदा कात्यायनजींनी करून घेतला होता.

विष्णूने आपल्या पिताजींचे मस्तक त्यांच्या धडाला लावून चितेवर ठेवले. त्यानंतर भटजीने त्याच्या हातात ती मशाल दिली आणि चितेला प्रदक्षिणा घालण्यास त्याला सांगितले. त्याने प्रदक्षिणा घातल्यावर 'चितेला अग्नी दे' म्हणून त्याला सांगितले. विष्णूने आधी चितेला नम्रपणे प्रणाम केला आणि भटजीने सांगितल्याप्रमाणे चितेला त्या मशालीने अग्नी दिला. सर्वपित्री अमावास्येची मध्यरात्र सरत होती. भटजीने त्याला तिथेच थांबायला सांगितले. काही वेळानंतर त्या भटजीने त्याला बोलावून त्याच्या हातात चितेतून काढलेल्या अस्थी दिल्या आणि त्या गंगेला अर्पण करायला सांगितले. विष्णूने पुन्हा पाण्यात उतरून पिताजींच्या अस्थी गंगेला अर्पण केल्या. आता त्याचे माता-पिता निश्चितच स्वर्गात बसून त्याच्या विकासाकडे लक्ष ठेवणार होते.

त्यानंतर त्या भटजींनी त्याला कात्यायनजींनी दिलेल्या काही वस्तू विष्णूला दिल्या. त्यात स्वसंरक्षणासाठी म्हणून एक चाकू, एक पाकीट, ज्यात 'तक्षशिला' विद्यापीठाच्या कुलगुरूंना लिहिलेले एक पत्र आणि काही सोन्याची नाणी होती. त्याशिवाय विष्णू गंगेतून पोहत पलीकडे जाणार, हे लक्षात घेऊन त्याच्यासाठी त्यांनी कोरडे कपडेही दिले होते.

विष्णू ते पाहून भारावून गेला. त्याने आपले ओले धोतर व उपरणे बदलून कोरडे धोतर नेसले आणि कोरडे उपरणे घेऊन ओले कपडे पिळून त्याने ते भटजींनी दिलेल्या कोरड्या पंचात गुंडाळून आपल्यासमवेत घेतले. त्यानंतर भटजींना त्याने प्रणाम केला आणि म्हणाला,

''बरंय - मी येतो आता.''

भटजींनी त्याला आशीर्वाद दिले आणि म्हणाले,

''जा बेटा, शुभास्ते पंथानः- तुझ्या मनोकामना पूर्ण होवोत.''

त्यांना हा मुलगा कोठे आणि कशाकरिता निघाला आहे याची कल्पना होतीच. त्यांचा निरोप घेऊन विष्णू निघाला. आता त्याच्यासमोर एकच उद्दिष्ट होते— शक्य तितक्या लवकर 'तक्षशिले'चे ज्ञानपीठ गाठणे.

सुदैवाने त्या सकाळीच नवरात्राला सुरुवात झाली होती.

●●●

२

तक्षशिलेसाठी प्रयाण (बाल विष्णूचे)

गंगेच्या काठावरून तो आता तक्षशिलेच्या दिशेने निघाला. त्याच्या तातांनी आणि कात्यायनजींनी त्याला तक्षशिलेच्या मार्गाबद्दल सांगितलेलेच होते. राजधानी पाटलीपुत्रापासून मगधच्या सीमेच्या आधीच पाटलीपुत्राहून एक व्यापारी महामार्ग तक्षशिलेच्या दिशेने जात होता. त्याला 'उत्तरापथ' या नावाने ओळखले जाते. मगधपासून त्या मार्गाने निरनिराळ्या ठिकाणांहून व्यापारी आणि व्यावसायिक तक्षशिलेच्या रोखाने जात असतात, ते तुला भेटतीलच. एकूण तक्षशिलेपर्यंतचे अंतर जवळजवळ हजार मैल असावे, हा अंदाजही त्यांनी व्यक्त केला होता.

या सगळ्या बाबी लक्षात घेऊन तो तक्षशिलेच्या दिशेने निघाला होता. मगध देशाच्या सीमेपर्यंत तो एकटाच होता. मगधच्या सीमेवरच त्याला शोण-व्यास (बियास) नदी ओलांडावी लागली. ती ओलांडून तो मुख्य रस्त्याला लागला आणि घोळक्या-घोळक्याने जाणारी व्यावसायिक व्यापारी मंडळी त्याला भेटू लागली. त्यांतील काही पायी होते, तर काही घोड्यांवर होते. काहींजवळ शकट होते. त्या घोळक्यामध्ये काही त्याच्यासारखी मुलेही होती. एकूण, त्याला सोबत मिळणार होती. अर्थात सुरुवातीला तो एकटाच होता. एकटा म्हणजे, या जगातही तो अगदी एकटाच होता. त्याच्या डोक्यावरचे माता-पित्याचे छत्र विधात्याने आधीच हिरावून घेतले होते. त्याचे मित्र पाटलीपुत्रातच राहिले होते. त्याच्या जवळ कात्यायनजींनी दिलेल्या कोरड्या वस्त्रांशिवाय काही सोन्याची नाणी आणि तक्षशिला ज्ञानपीठाच्या कुलगुरूंसाठी दिलेले पत्र, याशिवाय काहीही नव्हते. पायांत काही नव्हते, त्याचप्रमाणे अंथरा- पांघरायलाही काही नव्हते. एकूण त्या प्रवासात त्याची अवस्था खालील सुभाषितामध्ये वर्णन केलेल्या योग्याप्रमाणे होती.

धैर्यं यस्य पिता क्षमा च जननी शांतिश्चिरं गेहिनी ।
सत्यं सूनुरुयं दया च भगिनी, भ्राता मनःसंयमः ।

शय्या भूमितलं दिशोपि वसनं ज्ञानामृतं भोजनम् ।
एते यस्य कुटुंबिनो वद सखे कस्माद भयं योगिनां ।।

या श्लोकात म्हटल्याप्रमाणे विष्णूची अवस्था होती. त्याच्याजवळ धैर्य होते, जे पित्यासमान होते. क्षमावृत्ती मातेप्रमाणे त्याला साथ देत होती. मन:शांती ही पत्नीप्रमाणे होती. सत्य हा त्याचा सखा होता, तर संयमशील वृत्ती ही भावाप्रमाणे पाठराखण करीत होती. त्याला झोपेसाठी भूमातेचे अंथरूण होते, तर सर्व दिशा त्याला पांघरूण घालत होत्या. अशा व्यक्तीला भय कसले असणार होते?

या श्लोकातील वर्णनाप्रमाणे अक्षरश: या जगात उघडा पडलेला असला तरी लहानगा विष्णू आत्मविश्वासाने त्या समूहाबरोबर वाटचाल करीत होता. पायांत पायताण नसली, तरी गुडघ्यावरील धोतराखाली त्याचे कसदार पाय चालत होते. तो मार्गक्रमण करीत होता. चालता-चालता सायंकाळ झाली की तो समूह एखाद्या नदीच्या काठी, नाही तर तलावाच्या काठी मुक्कामाला थांबत असे. विष्णूजवळ खाण्याचे सामान नव्हतेच, पण अशा प्रवासी समुदायामध्ये आपोआपच आपलेपणा निर्माण होत असतो. त्याचप्रमाणे विष्णूच्या बाबतीतही घडले होते. त्याला मित्र मिळाले होते. तसेच काही वडिलधाऱ्यांनीही त्याला आपलेसे करून घेतले होते. त्यांतच होते ते श्रेष्ठी शिवशंकरजी. ते एक व्यावसायिक होते आणि ते तक्षशिलेचे राहाणारे होते. आता ते आपले मगध देशातील काम उरकून तक्षशिलेला परतत होते. गेले एक-दोन दिवस ते या काळ्या आणि थोड्याशा कुरूप अशा दहावर्षीय मुलाला पाहत होते. अगदी एकटा होता तो; पण आपल्या वयोगटातील मुलांबरोबर वागताना-बोलताना त्याच्यातील नेतृत्वाचे गुण- त्याची हुशारी लक्षात येत होती. ती त्या श्रेष्ठीनींही हेरली होती.

त्या सगळ्या प्रवाशांबरोबर चालता-चालता एकदा विष्णू त्यांच्या शकटाजवळ आलेला असताना त्यांनी त्याला विचारले,

"नाव काय बाळा तुझे?"

"चाणक्य." त्या मुलाने लगेच उत्तर दिले.

"हे बघ, तुझे ते कपड्यांचे बोचके दे माझ्याजवळ." श्रेष्ठी शिवशंकर म्हणाले-

विष्णू थोडासा बावरला, पण त्यांच्याकडे पाहून त्याने आपले बोचके त्यांच्या शकटात ठेवले. लगेच शिवशंकर म्हणाले,

"बाळ, तूही बस ना— पुष्कळ जागा आहे."

"नको. चालणेच मला बरे वाटते." असे म्हणून चालायला लागला.

त्याला तसेच सोडून संध्याकाळच्या वेळी जेव्हा सगळे एका जागी जेवण्यासाठी जमले, तेव्हा श्रेष्ठी शिवशंकर त्याच्या शेजारीच बसले आणि मग त्यांनी विष्णूला विचारले, "बेटा चाणक्या, तुझ्याबरोबर आणखी कोण आहे?"

"कोणी नाही माझ्याबरोबर. एकटाच आहे मी" तो म्हणाला.

"बरं, घरी कोण कोण आहे?"

"घरी ना, घरी कोणी नाही. एकटाच आहे मी." तो म्हणाला.

"माता-पिता कोणीच नाही?" त्यांनी विचारले.

"नाही. दोघेही मला सोडून गेलेत." तो म्हणाला आणि त्यांनी पुन्हा विचारल्यावर त्याने काय झाले ते सर्व त्यांना सांगितले. म्हणाला, "पिताजींची इच्छा होती की, मी तक्षशिलेला जाऊन ज्ञानसंपन्न व्हावे. म्हणूनच मी मगधच्या राजाचे एक मंत्री— जे माझ्या तातांचे मित्र होते— त्यांच्या मार्गदर्शनाने आणि सक्रिय सहकार्याने तक्षशिलेला जायला निघालो आहे."

त्याची कहाणी ऐकून श्रेष्ठी शिवशंकरांना त्याच्याविषयी खूपच आपुलकी वाटायला लागली. प्रत्येक मुक्कामाला ते त्याला जवळ घेऊन त्याच्याशी गप्पा मारून त्याची पूर्ण माहिती करून घेत होते. आता पुढील दहा-पंधरा वर्षे तो त्यांच्या शहरात म्हणजे तक्षशिलेतच राहणार असल्याने त्यांनाही ते निराधार पोर आपल्याला पूर्णपणे माहीत असावे, असे वाटू लागले होते. त्याच्या फारशा सुरेख नसलेल्या चेहऱ्यावर एक हुशारीचे आणि आत्मविश्वासाचे तेज होते. त्यामुळेही ते प्रभावित झाले होते. शिवशंकर श्रेष्ठींच्या जोडीला आता त्याला इंदू शर्मा नावाचा हसतमुख मित्र मिळाला होता. त्याच्याबरोबरही विष्णूच्या बऱ्याच गप्पा-गोष्टी-विनोद होत असत.

असेच गप्पा मारताना इंदूने विष्णूला त्याच्या लहानपणाविषयी माहिती विचारली, तेव्हा विष्णूने आपल्या अगदी लहानपणाची एक आठवण सांगितली. तो म्हणाला,

"मी अगदी लहान असताना आईने एका ज्योतिष्याला माझ्याविषयी विचारले. तेव्हा तो आईला म्हणाला होता की, हा पोरगा ना, मोठा होऊन राजाप्रमाणे राहाणार आहे. तेव्हा 'राजा' हा शब्द ऐकताच आई रागाने ओरडली होती- 'राजा? राजा मुळीच नको. आमच्या मगधचा एक राजा आम्ही पाहतोच आहोत. मुळीच नको राजा व्हायला...'

त्यावर तो ज्योतिषी म्हणाला, 'अहो, त्याचे दातच बोलताहेत तसे...'

"झालं. आईला खूप राग आला आणि तिने माझे दातच तोडून टाकले. अर्थात पुन्हा नवे आलेच. पण तेही नेमके तसेच होते. आई पुन्हा त्या ज्योतिष्याकडे गेली तेव्हा ते ज्योतिषी म्हणाले, 'पाहिलंत? भविष्यात जे होणार आहे ते काही तुम्ही

बदलू शकणार नाही आणि तो राजा होणार, असे मी म्हटले नव्हते.' मी म्हटले होते की, तो राजाप्रमाणे किंवा राजापेक्षाही महान होणार आहे.''

''मग मात्र आई शांत बसली.''

त्यावर इंदू शर्मा विनोदाने म्हणाला,

''म्हणजे, तुझे नव्याने आलेले दात तुला राजापेक्षा महान बनविणार आहेत तर...!'' विष्णू म्हणाला, ''कोण जाणे, कोण होणार आहे! त्या सर्वसाक्षी परमेश्वरालाच माहीत.''

बाजूला बसलेले श्रेष्ठी शिवशंकरांना मात्र त्या दोन्ही पोरांच्या गप्पांमधून आनंद मिळत होता. अशा त्या पोरांच्या गप्पाटप्पांमधून त्यांचा प्रवास हसत-खिदळत चालला होता. गंगेच्या काठाकाठाने ते आता काशीक्षेत्री पोचले होते. काशीक्षेत्राच्या ठिकाणी पोचताच विष्णूला काशी-विश्वेवर व गंगामातेच्या दुहेरी दर्शनाने आणि सान्निध्याने आनंदाचे भरते आले. काशीक्षेत्री काही दिवस विश्राम करून ती मंडळी पुढे निघाली. जे प्रवासी काशीदर्शनासाठी आले होते, ते तिथेच थांबले; मग बाकीचे गंगेच्या काठाकाठाने पुढे निघाले. पुढे त्यांना यमुना ओलांडावी लागली. त्या वेळी गंगामातेच्या त्या भक्ताला यमुनेविषयी फारसे आकर्षण वाटले नाही.

अर्थात श्रेष्ठी शिवशंकरांनी त्याला यमुनेचेही महत्त्व पटवून सांगितले. ते म्हणाले,

''बाळा विष्णू, खरं म्हणजे यमुना ही गंगेची मोठी बहीण. पण मनाच्या मोठेपणाने तिने गंगेला मोठेपण बहाल केले आहे. अरे बाळा, ज्या श्रीकृष्णाने साऱ्या गोकुळाला, वृंदावनाला, मथुरेला मोहिनी घातली आहे— त्या श्रीकृष्णाला मात्र यमुनेने मोहिनी घातली आहे. इतकेच काय, पण पांडवांनीही आपली राजधानी इंद्रप्रस्थ ही यमुनेच्या काठीच स्थापन केली आहे बघ. ते असो. या गंगा, यमुना, सिंधू, वितस्ता आदी नद्या, हिमालयासारखा महान पर्वत, ही अनेक काशी-मथुरेसारखी पवित्र तीर्थक्षेत्रे, ती हिरवीगार वने-उपवने ही आपल्या भारतदेशाला परमात्म्याने दिलेली देणगी आहे. म्हणूनच आपला हा भारत एक महान देश आहे.''

विष्णूने त्यावर समाधानाने मान डोलावली. अर्थात त्याच्या मनात एक प्रश्न होताच आणि तो म्हणजे— या महान देशाचे खंडित रूप. त्याने म्हणूनच श्रेष्ठींना विचारलेसुद्धा-

''आपला हा भारत कितीही महान असला तरी ते अनेकानेक लहान-लहान गणराज्यांमध्ये विभागला गेला आहे. त्या सगळ्यांचा एकमेकांवर कुरघोडी करण्याचा सतत चालत असलेला संघर्ष आणि त्यातून होणाऱ्या रक्तपाताचे— भारतीय रक्त

याच गंगा-यमुनेच्या पवित्र जलातून असते. त्यात भर पडते ती मगध आणि गांधारसारख्या लोभी राजांमुळे बदनाम झालेल्या राज्यांची.''

''खरं आहे, खरं आहे बाळा तुझं म्हणणं.'' श्रेष्ठी म्हणाले.

त्यांचा प्रवास चालू होता. होता-होता ते आता मथुरेला आले. मथुरेबद्दलची चर्चा आधीच झालेली होती. यमुनेचे महत्त्व पटवून देताना श्रेष्ठींनी त्याला श्रीकृष्णाबद्दल सांगितले होतेच. त्याहीपेक्षा जास्त त्याला श्रीकृष्णाबद्दल आकर्षण होते ते वेगळ्याच कारणासाठी. त्यासाठी तो मथुरेला आल्यावर काशीक्षेत्रापेक्षाही जास्त भारावून गेला होता आणि श्रीकृष्णाच्या जन्मस्थानाचे दर्शन घेण्यासाठी तो उतावीळ झाला होता. ते पाहून श्रेष्ठी शिवशंकर यांनी विचारले-

''विष्णू बाळा, तुला श्रीकृष्णाबद्दल इतके आकर्षण वाटते— खरं आहे ना?''

''होय -'' तो म्हणाला, ''त्याला कारणही तसेच आहे.''

''काय कारण आहे बाळा?'' त्यांनी विचारले.

''माझ्या आईने श्रीकृष्णाच्या बालपणापासून सगळा इतिहास सांगितला आहे. श्रीकृष्णालाही मथुरेचा अत्याचारी राजा कंस— जो खरं म्हणजे त्याचा सख्खा मामा होता— त्याच्या विरुद्ध लढावे लागले होते. कंसाने श्रीकृष्णाला मारण्यासाठी धाडलेल्या राक्षसांविरुद्ध द्वंद्वयुद्ध करून त्यांना मारावे लागले होते. त्यानंतर स्वत:च्या वडिलांना, सख्ख्या बहिणीला आणि मेहुण्यांना म्हणजेच श्रीकृष्णाच्या माता-पित्याला कैदेत टाकणाऱ्या कंसाला मथुरेत येऊन त्याने ठार केले होते.

''आमच्या मगधची अवस्था अशीच आहे. तेथील मद्य आणि मदिरेच्या सहवासात लोळणाऱ्या अत्याचारी राजाने माझ्या वडिलांना तर ठार केलेच, शिवाय आईचाही मृत्यू त्याच्या अप्रत्यक्ष कारवायांमुळे झाला आहे. मगधचे महामंत्री शकदाल यांनाही त्याने कैदेत टाकून त्यांचा छळच केला— म्हणून...''

''आले लक्षात बाळा,'' श्रेष्ठी म्हणाले, ''म्हणून तुला श्रीकृष्ण आदर्श वाटणे साहजिकच आहे.'' त्याच्या भावना त्यांनी जाणल्या होत्या. त्याच्या पाठीवर थाप मारीत ते म्हणाले,

''श्रीकृष्ण तुला योग्य ते मार्गदर्शन करून शक्ती देवो. एकूण आपण मथुरेत आलो हे बरेच झाले.''

अशा गप्पा आणि चर्चा करीतच त्यांचा प्रवास चालू होता. मथुरेला काही दिवस मुक्काम करून त्यांनी पुढील प्रवासाला सुरुवात केली. केवळ 'मथुरे'साठीच आलेले काही प्रवासी तिथेच थांबले. अर्थात काही नव्या प्रवाशांची त्यांच्या समूहात

भर पडलीच. त्या नंतर सरस्वती, शतद्रू, बिपाशा, इरावती या नद्या ओलांडून ते 'वितस्ता' नदीच्या किनाऱ्यावर आले. वितस्ता नदी ही 'पार्वती'चा अवतार आहे, असे समजले जाते. भर उन्हाळ्याचे दिवस असल्याने हिमालयाचा बर्फ वितळून त्याच्या पाण्याने वितस्ता नदी दुथडी भरून वाहत होती.

पलीकडच्या तीरावर तक्षशिला दृष्टीस पडत होती. गांधार देशाची ती राजधानी पाहताच विष्णू पुन्हा भारावला होता. आता वितस्ता ओलांडण्याची त्याला घाई लागली होती. श्रेष्ठी शिवशंकरांनी त्याच्या पाठीवर प्रेमाने हात ठेवला आणि त्याला म्हणाले,

''विष्णू बाळा, असा उतावीळ होऊ नकोस. आपल्याला आधी नदीचा उतार शोधावा लागणार आहे-''

''पण तो कसा शोधणार?'' विष्णूने अधीरतेने विचारले-

''बघशीलच तू आता. अर्थातच आज रात्रीचा मुक्काम इथेच करावा लागेल. उद्या बहुतेक उत्तर मिळेल.'' श्रेष्ठी म्हणाले.

सकाळ उजाडली तीच विष्णूला चांगली बातमी घेऊनच. समोरच्या नदीला उतार मिळाल्याची बातमी त्याला श्रेष्ठी शिवशंकरांनी दिली. विष्णू आनंदला. तो आणखी आनंदला होता तो कालची नदीकाठावरची रात्र श्रेष्ठींनी त्याला 'तक्षशिला' विद्यापीठाबद्दल पूर्ण माहिती देण्यात घालवली होती. ते त्यांनी सांगितले होते-

''तक्षशिला हे विद्यापीठ जवळजवळ चारशे वर्षांपासून प्रसिद्ध आहे. हे विद्यापीठ ज्या गावात आहे आणि ज्या गावाच्या नावामुळे ते तक्षशिला विद्यापीठ म्हणून ओळखले जाते, ते तक्षशिला शहर हे आपल्या देशाच्या वायव्य भागातील गांधार या देशाची राजधानी आहे आणि या भागातील प्रसिद्ध शहर रावळपिंडीपासून केवळ वीस मैलांवर आहे. तक्षशिला विद्यापीठ हे केवळ भारतातच नव्हे, तर आसपासच्या देशांतही विद्येचे एकमेव स्थान आहे.

या सर्व भागांतून शेकडो विद्यार्थी उच्च शिक्षण घेण्यासाठी येथे येत असतात. त्यात राजकुमार, वैश्यकुमार, सामंतपुत्र हे तर येतातच; पण सामान्य स्थितीतील विद्यार्थीदेखील येत असतात. राजपुत्रांना, सरदारपुत्रांना आणि इतर श्रीमंतांच्या पुत्रांना संपूर्ण शिक्षणाचे शुल्क एक हजार नाणी इतके असते...''

हे ऐकून विष्णूची छातीच दडपली. पण त्याच्या चेहऱ्याकडे पाहून श्रेष्ठी म्हणाले-

''काळजी करू नकोस विष्णू, तेथे गरीब-होतकरू विद्यार्थ्यांकडून कोणतेही

शुल्क आकारले जात नाही. या विद्यापीठात शिक्षणाच्या ज्या अनेक ज्ञानशाखा आहेत, त्यांत अठरा विषय आहेत. त्यात प्रामुख्याने युद्धविद्या, स्थापत्यविद्या, वैद्यकशास्त्र, अर्थशास्त्र, राज्यशास्त्र या विषयांसाठी हे विद्यापीठ जास्त प्रसिद्ध आहे. राजा भरत याचा पुत्र तक्ष याने या विद्यापीठाची स्थापना केली, असे सांगितले जाते.''

विष्णू आता नदी ओलांडण्यासाठी उतावीळ झाला होता. पहाटेच नदीला उतार मिळाल्याची बातमी प्रवाशांनी सकाळी दिली होती.

योग्य ठिकाणाहून सगळ्यांनी नदी ओलांडली आणि विष्णूने तक्षशिलेच्या भूमीवर पाय ठेवला तो त्या भूमीला प्रणाम करूनच. श्रेष्ठी शिवशंकर हे सोबत होतेच. नगराच्या प्रवेशद्वाराजवळच द्वारपालाने— जो शिवशंकरांना ओळखीत होता, त्याने या लहान मुलाला मात्र रोखले.

''कोण तू? कोठे जायचे आहे तुला?'' त्याने विचारले.

''मला विद्यापीठात जायचे आहे. माझ्याजवळ विद्यापीठाच्या प्राचार्यांना देण्यासाठी आणलेले हे पत्र आहे.'' त्याने कात्यायनांनी दिलेले पत्र दाखविले. शिवाय श्रेष्ठी त्याच्यासोबत होतेच. द्वारपालाने मग कोणतीही चौकशी न करता त्याला प्रवेश दिला. श्रेष्ठी शिवशंकरांनी त्याला विद्यापीठाच्या प्रवेशद्वाराशी सोडले. तेथील सुरक्षारक्षकांनीही कात्यायनजींचे पत्र पाहून त्याला प्राचार्यांच्या सदनापर्यंत पोहोचविले.

प्राचार्य पुंडरिकाक्ष हे प्रात:समयी आपल्या निवासाभोवतालच्या उद्यानात आसनमांडी घालून नामस्मरण करीत होते. विष्णू त्यांच्यापासून थोड्या अंतरावर आसनमांडी घालून शांत बसून राहिला. काही वेळाने प्राचार्य पुंडरिकाक्ष यांची ध्यानधारणा आणि प्रात:स्मरण पूर्ण होताच त्यांनी शांतपणे डोळे उघडले. समोर बसलेल्या लहानग्या विष्णूला पाहून त्यांनी विचारले,

''बाळा, कोण आहेस तू? कोणाला भेटायचे आहे तुला?''

विष्णूने उठून आधी त्यांना साष्टांग दंडवत घातला आणि त्याने पुंडरिकाक्षांना आपल्याजवळचे कात्यायनजींनी त्यांच्यासाठी दिलेले पत्र दिले. त्यांनीही शांतपणे ते उघडून वाचले.

त्यांनी एकदा विष्णूचे तुटपुंजे कपडे, त्याची लहानशी गाठोडी पाहिली आणि ते स्वत:शीच पुटपुटले, 'या विद्यापीठात राजपुत्र, सरदारपुत्र आणि श्रीमंतांची मुले सहस्त्रावधी रुपये खर्च करण्याची तयारी करून येतात, हे कात्यायनजींना माहीत नाही का? ते काहीही असो; कोणे एके काळी आम्ही विद्यार्थी असताना कात्यायनजींनी मला पूर्ण आर्थिक साह्य केलेय, त्यामुळे मला येथे अध्ययन पूर्ण करता आले होते', याची त्यांना आठवण होतीच. ती ध्यानात घेऊन त्यांनी विष्णूला विचारले,

"बाळा, तू कोणाचा कोण?"

विष्णूने लगेच उत्तर दिले-

"मी मगधचे प्रसिद्ध विद्वान आचार्य चणक यांचा मुलगा चाणक्य आहे."

"अस्सं!" पुंडरिकाक्ष म्हणाले, "हे बघ बाळा, आता मी तुला विद्यापीठाच्या प्रवेशप्रक्रियेच्या प्रमुखांकडे घेऊन जाणार आहे. ते तुझे प्राथमिक ज्ञान किती आहे याची कदाचित चाचणी घेतील. तयारी आहे ना तुझी बाळा चाणक्या?"

"हो, मी तयार आहे." चाणक्य लगेच म्हणाला.

पुंडरिकाक्ष त्याला घेऊन प्रवेशप्रक्रियाप्रमुखांकडे घेऊन गेले. जाताना विद्यापीठाची तीनमजली इमारत चाणक्य पाहत होता.

ते दोघेही प्रवेशप्रक्रिया प्रमुखांकडे आले, तेव्हा प्रवेशप्रक्रिया प्रमुखांनी पुंडरिकाक्षांचे स्वागत केले. त्यांनी खालीच आसने अंथरली आणि पुंडरिकाक्षांना बसण्याची विनंती केली. ते स्थानापन्न झाल्यावर त्यांनी चाणक्याची माहिती त्यांना दिली.

प्रमुखांनी चाणक्यालाही बसायला सांगितले. चाणक्याने त्यांना साष्टांग दंडवत घातला. त्यांनी 'शुभं भवतु' म्हणून आशीर्वाद दिले आणि चाणक्याने आपले आसन ग्रहण केले. आता तो चाणक्य म्हणूनच ओळखला जाणार होता.

प्रमुख म्हणाले, "बाळ चाणक्या, या विद्यापीठात एकूण १८ ज्ञानशाखा आहेत. त्यांपैकी कोणत्या शाखेत शिकण्याची तुझी इच्छा आहे?"

चाणक्य म्हणाला, "आचार्यमहोदय, मी वैद्यकशास्त्राचे ज्ञान मिळवावे, अशी माझ्या वडिलांची इच्छा होती."

प्रमुखांनी लगेच विचारले, "का बरे? त्यांनी हीच शाखा तुझ्यासाठी निवडली?"

चाणक्य म्हणाला, "या शाखेने जगभर प्रसिद्धी मिळविली आहे. या शाखेतील 'जीवक' नावाचे आचार्य मेंदूवरील शस्त्रक्रियाही यशस्वीपणे करीत असतात, असे त्यांनी मला सांगितले होते.

प्रमुख म्हणाले, "सत्य आहे त्यांचे म्हणणे. पण मला तुझे म्हणणे जाणून घ्यायचे आहे. तुला कोणती शाखा आवडते?"

चाणक्य लगेच म्हणाले, "वैद्यकशास्त्राबरोबरच मला राज्यशास्त्र आणि युद्धशास्त्राचा अभ्यास करण्याची इच्छा आहे."

प्रमुख म्हणाले, "अस्सं! मला वाटते, त्याआधी मी तुला काही प्रश्न विचारणार आहे."

चाणक्य लगेच म्हणाला, "विचारा आचार्य."

आचार्यांनी विचारले, "बाळा, वैद्यकशास्त्राचा मूळ पुरुष कोण होता- सांगशील?"

चाणक्य : ''वैद्यकशास्त्राचा मूळ पुरुष धन्वंतरी हे होते. त्यांचा शिष्य असलेल्या सुश्रुत याने 'सुश्रुत संहिता' या नावाचा ग्रंथ लिहिला आहे. तो जगप्रसिद्ध आहे.''

आचार्यांनी समाधानाने मान हलवून विचारले, ''त्या ग्रंथातील एखादे वैशिष्ट्य सांगता येईल का तुला?''

चाणक्य म्हणाला, ''हो, सांगता येईल. पण ते मी वाचलेले नाही; माझ्या तातांनी सांगितलेले आहे. माझ्या आईला नेहमी थंडी-ताप येत असे. आमच्या मगधात त्याचा खूपच प्रादुर्भाव आहे. त्यासंबंधात सुश्रुतसंहितेत त्यांनी तो थंडी-ताप— जो खूप जोरात भरतो, मग काही कालावधीनंतर उतरतो— त्याची तुलना सागराच्या भरती-ओहोटीशी केलेली आहे आणि ती अगदी बरोबर आहे.''

''छान-छान!'' आचार्य म्हणाले आणि त्यांनी विचारले, ''त्यावर आणखी काही भाष्य केले आहे का?''

चाणक्य लगेच म्हणाला, ''हो, आहे तर! त्यांनी लिहिले आहे की, हा ताप संध्याकाळच्या वेळी घरात शिरणाऱ्या बारीक कीटकांमुळे होतो. त्याला काट्यासारखी बारीक सोंड असते. ती तो माणसाच्या कातडीत खुपसतो.''

''अरे वा! मग त्यावर उपाय सांगितला असेलच?'' —आचार्य.

''आहे तर! तात म्हणाले होते, यावर तुळशीचा काढा हा उपाय तर आहेच; शिवाय आपल्या परसात पश्चिमेच्या बाजूला तुळस लावली, तर तिच्या वासानं हे कीटक घरात शिरत नाहीत.'' चाणक्याने आत्मविश्वासपूर्वक सांगितले.

''शाबास बाळा, शाबास! चांगलं ज्ञान आहे तुला-'' आचार्य म्हणाले.

त्यांनी पुढे विचारले, ''तुझी बुद्धिमत्ता कौतुकास्पद आहे. पण मला सांग— वैद्यकीय शास्त्राचे ज्ञान थोडे का होईना तू संपादन केले आहेस; मग यात भर घालायची इच्छा का नाही तुला?''

चाणक्य म्हणाला, ''वैद्यकीय ज्ञान उपयुक्त आहे, हे खरे आहे; पण मगधातून इथपर्यंत येताना आम्ही अनेकानेक लहान-लहान गणराज्ये पाहिलीत, ज्यांचे एकमेकांशी मुळीच सख्य नव्हते. उलट एकमेकांचा भाग जिंकून घेण्याच्या स्पर्धाच त्यांच्यात चालायच्या. त्यामुळे अशा असंख्य लहान-लहान गणराज्यांत विभागला गेलेला आपला देश असुरक्षित आहे, असे मला वाटायला लागले आहे.''

त्याच्या एकेका वाक्यावर आचार्य समाधानाने मान डोलावीत होते. त्यांनी त्याला पुढे विचारले,

''बाळ चाणक्या, राजा कसा असावा? राजाची कर्तव्ये कोणती?''

चाणक्य लगेच म्हणाला, ''राजा प्रजाहितदक्ष असावा. प्रजेचे कल्याण, प्रजेची आणि राज्याची सुरक्षा हे त्याचे उद्दिष्ट असावे.''

''अस्सं!'' आचार्य म्हणाले, ''मग राजाला आर्थिक उत्पन्नाचे साधन कोणते असते?''

चाणक्यने तत्काळ उत्तर दिले, ''प्रजेकडून करवसुली करून राजा राज्याचे उत्पन्न वाढवू शकतो, पण...''

''पण काय बाळ?'' आचार्यांनी विचारले.

चाणक्य म्हणाला, ''प्रजेवर कर अवश्य लादावेत; पण त्यामुळे प्रजेची पिळवणूक होणार नाही, याची दक्षता राजाने घ्यायला हवी. मधमाशी ज्याप्रमाणे निरनिराळ्या फुलांमधून हळुवारपणे फुलांना धक्का न लावता मध शोषून घेते व फुले तशीच टवटवीत राहातात, त्याप्रमाणे राजाने प्रजेची पिळवणूक होणार नाही, अशा पद्धतीनेच करांची आखणी करावी-''

''शाबास बाळ!'' आचार्य म्हणाले, ''तुला राजनीतिशास्त्राप्रमाणे युद्धशास्त्राचे ज्ञान मिळवायचे आहे. पण मला सांग तुला त्यातील किती ज्ञान अवगत आहे?''

चाणक्य म्हणाला, ''आचार्य महोदय, आमच्या पाटलीपुत्राच्या विद्याशाखेतील आचार्य आणि माझे तात यांनी सांगितल्याप्रमाणे मी एवढे सांगू शकतो की— ज्या राज्याला युद्ध नको असेल, त्या राजाने सदैव युद्धसज्ज राहिले पाहिजे.''

आचार्य म्हणाले, ''शाबास! पण मला सांग— युद्धसज्ज राहायचे म्हणजे, ती सज्जता कशी असावी?''

चाणक्य, ''महोदय, आपल्या शेजारी राष्ट्र हे आपले शत्रू आहे, असे गृहीत धरून त्याच्या युद्धसज्जतेची सखोल माहिती मिळवावी आणि त्याला तोडीस तोड अशी आपली सज्जता असावी.''

चाणक्याची उत्तरे लक्षपूर्वक ऐकणारे पुंडरिकाक्ष, त्याच्या अत्यंत चपखल उत्तरांमुळे भारावून गेले होते. ते त्याच्याकडे कौतुकाने पाहत असतानाच आचार्यांनी त्यांना विचारले,

''बाळ चाणक्य, युद्धशास्त्राबद्दल तुझे ज्ञान पाहून मला खूपच कौतुक वाटले. आता मला सांग, युद्धतंत्राबद्दल तुला काही माहिती आहे?''

''आचार्यजी,'' चाणक्य म्हणाला, ''तातांनी मला महाभारतासंबंधी सांगताना मानसशास्त्रीय युद्धतंत्राबद्दल सांगितले होते.''

आचार्य लगेच म्हणाले, ''मानसशास्त्रीय युद्धतंत्र म्हणजे काय?''

चाणक्य म्हणाला, ''तात म्हणाले होते की, शस्त्रास्त्रे युद्ध करीत नसतात;

युद्ध करतो तो योद्धा. जर आपण शब्दाने अथवा कृतीने त्या योद्ध्याच्या मनावर आघात करून त्याची लढण्याची जिद्दच खच्ची करून टाकली, तर त्यावर मात करणे सहज शक्य होते.''

आचार्य म्हणाले, ''अरे वा! मग या तंत्राचे एखादे उदाहरण तुला सांगता येईल का?''

चाणक्य लगेच म्हणाला, ''हो, सांगतो ना. महाभारताच्या युद्धात कौरव-पांडवांचे गुरू द्रोणाचार्य यांनी कौरवांचे सेनापतिपद स्वीकारले आणि ते रणात उतरले; तेव्हाच श्रीकृष्णाने ओळखले की, आता यांच्यावर मात करणे धनुर्धारी अर्जुनालाही कठीणच नाही, तर अशक्य आहे. तेव्हा त्यांनी या तंत्राचा वापर केला.''

आचार्य - ''म्हणजे काय केले रे श्रीकृष्णाने -?''

चाणक्य - ''श्रीकृष्णाने युधिष्ठिराला सांगितले की, आपल्याकडे जो अश्वत्थामा नावाचा हत्ती आहे ना, त्याचा वध करा.''

''बरं, मग?'' आचार्यांनी विचारले.

चाणक्य- ''अश्वत्थामाला ठार केल्यावर श्रीकृष्णाने पांडवांसमोर उभ्या ठाकलेल्या गुरू द्रोणाचार्यांकडे संदेश धाडला की, अश्वत्थामा ठार झाला आहे. ते ऐकून द्रोणाचार्य हादरले. अश्वत्थामा हे त्यांच्या मुलाचे नाव होते. आपला मुलगा रणात ठार झाल्याची वार्ता खरी का खोटी याची खात्री करण्यासाठी त्यांनी सदैव सत्यच बोलणाऱ्या युधिष्ठिराला विचारले, अश्वत्थामा ठार झाला, हे सत्य आहे का?''

आचार्य : ''मग-''

चाणक्य : ''या युधिष्ठिराने लगेच मोघम उत्तर दिले- 'होय गुरुवर्य, अश्वत्थामा ठार झाला आहे- नरो वा कुंजरो वा' असेही तो तोंडातल्या तोंडात पुटपुटला...''

आचार्य : ''अस्सं ... पुढे...?''

चाणक्य - ''पुढे काय? युधिष्ठिराच्या तोंडून अश्वत्थामा ठार झाल्याचे कळताच गुरू द्रोणाचार्य मानसिक दृष्टीने खचले. त्यांची युद्ध करण्याची जिद्द संपली. त्यांनी शस्त्रे खाली ठेवली. त्याच क्षणी श्रीकृष्णाने पांडवांना खूण केली— पाहता काय, संपवा त्यांना आणि काही क्षणातच त्या नि:शस्त्र पण पराक्रमी गुरू द्रोणाचार्यांचा वध दृष्टद्युम्नाने केला. असे आहे ते युद्धतंत्र.''

त्याचे उत्तर आणि स्पष्टीकरण ऐकून पुंडरिकाक्ष व आचार्य दोघेही एकदम म्हणाले,

"शाबास चाणक्या, शाबास! तुझे ज्ञान, तुझी विद्वत्ता कौतुकास्पद आहे."

त्यानंतर आचार्य म्हणाले, "बाळा, सर्व प्रश्नांची उत्तरे तू अत्यंत हुशारीने आणि आपले प्रभुत्व सिद्ध करणारी. अशी दिलेली आहेस. आता एकच प्रश्न. मला सांग— योद्धा कसा असावा, असे तुला वाटते?"

चाणक्य,— "तातांनी लहानपणी आम्हाला काही महत्त्वाची सुभाषिते पाठ करायला लावली होती, त्यात आपल्या प्रश्नाचे उत्तर मिळेल. ती सुभाषिते अशी आहेत :

पहिले आहे—

प्राप्तेच प्रहरत्काले, नच सवर्तत्र पुनः ।
हन्तु कामस्य देवेन्द्र पुरुषस्य रिपुन्प्राति ।।
योहि कालो व्यतिक्रामेत्पुरुषं कालकाङ्क्षिणम् ।
दुर्लभः स पुनस्तेज कालः कर्म चिकीर्षुणा ।।

"यात बृहस्पतीने इंद्राला सुरा-असुरांच्या युद्धप्रसंगी केलेला उपदेश आहे. त्यात बृहस्पती म्हणतात, 'हे देवेंद्रा - शत्रूला मारण्याची इच्छा करणाऱ्या पुरुषाने योग्य संधी आली असता प्रहार केला पाहिजे. गेलेली वेळ पुन्हा येत नसते. कार्य साधण्याच्या इच्छेने योग्य काळाची वाट पाहणाऱ्या योद्ध्याने आलेली संधी गमावली, तर ती पुन्हा मिळणे कठीण आहे-'

"दुसरे सुभाषित असे आहे-

गृध्रदृष्टीर्वकालीनः श्वचेष्टः सिंह विक्रमः ।
अनुव्हीग्रः काकशङ्की भुजंग चरितं चरेत् ।।

"यात बृहस्पती सांगतात- 'कार्य साधण्याची इच्छा असणाऱ्याने खिन्न होऊन न बसता गिधाडासारखी दूरदृष्टी ठेवावी, तर बगळ्याप्रमाणे राहावे. पण कुत्र्यासारखे सावध असावे, सिंहासारखा पराक्रम गाजवावा, कावळ्याप्रमाणे साशंक असावे, तर सर्पासारखे— तो जसा आयत्या बिळात शिरता त्याप्रमाणे— शत्रूच्या साधनांचाच उपयोग करून घ्यावा.'

"तिसऱ्या सुभाषितात बृहस्पती सांगतात-

वकवच्चिन्तयेदर्थान् सिंहवच्च पराक्रमेत् ।
वृकवच्चावलुम्पेत शशवच्च विनिष्पतेत ।।

"सेनानीने आपल्या लक्ष्याकडे बगळ्याप्रमाणे लक्ष ठेवावे आणि सिंहाप्रमाणे पराक्रम गाजवावा, लांडग्याप्रमाणे शत्रूवर अचानक हल्ला करावा आणि सशाप्रमाणे निसटून जावे.

"एकूण— अशा या प्राण्यांच्या गुणधर्माचे एकत्रीकरण केल्यावर एका चांगल्या यशस्वी योद्ध्याचे चित्र निर्माण होते-"

लहानग्या चाणक्याने योद्ध्याच्या वैशिष्ट्यांचे केलेले वर्णन ऐकून पुंडरिकाक्ष आणि प्रवेशप्रक्रियाप्रमुख दोघेही प्रभावित झाले. दोघांचेही तोंडातून पुन्हा एकदा शब्द उमटले-

"शाबास बाळ चाणक्या, शाबास! या विद्यापीठात तुझा प्रवेश निश्चित झाला आहे, बघ." असं म्हणून आचार्यांनी त्याला शाबासकी दिली आणि समोरून जाणाऱ्या एका विद्यार्थ्याला हाक मारली -

"गंगादासऽऽ बेटा, हा चाणक्य आपला नवा विद्यार्थी आहे. याला आपल्या पहिल्या वसतिगृहातील तुझ्याशेजारची खोली दाखव आणि विद्यापीठातील सर्व कक्षांची माहितीही सांग, बरं का-"

चाणक्याला बरोबर घेऊन गंगादास गेला. त्याने चाणक्याला त्याची खोली दाखविली. खोली लहान असली तरी हवा आणि उजेड भरपूर असल्याने चाणक्याला ती खोली आवडली.

विद्यापीठात एकूण अठरा वेगवेगळे विषय होते. अर्थात चाणक्याला मात्र राजनीतिशास्त्र, युद्धशास्त्र आणि वैद्यकशास्त्र या तीन शाखांमध्येच रस होता. त्याचे अध्ययन सुरू झाले.

तिकडे प्राचार्य पुंडरिकाक्ष आणि प्रवेशप्रक्रियाप्रमुख आचार्य यांचे एका बाबतीत मतैक्य झाले होते. ते म्हणजे, चाणक्याच्या चेहऱ्यावर जे बुद्धिमत्तेचे तेज दिसत होते त्याप्रमाणे खरोखरीच तो बुद्धिवान होता आणि आपल्या विद्यापीठात त्याच्या बुद्धिमत्तेत भर पडून त्याला झळाळी आल्याशिवाय राहणार नाही. एकूण, विद्यापीठाला एक खूप चांगला विद्यार्थी लाभला आहे.

चाणक्य सात-आठ दिवसांत विद्यापीठाच्या दैनंदिन विद्याभासाच्या कार्यक्रमात रुळला. पाहता-पाहता तीसएक दिवस निघून गेले आणि त्याला श्रेष्ठी शिवशंकरांची आठवण झाली. त्या दिवशी सकाळचा पाठ्यक्रम पार पडल्यावर त्याने त्यांच्या घराकडे धाव घेतली. आधी प्रभावी बोलणे आणि खुलेपणाने केलेल्या चौकशीने त्याला श्रेष्ठींचे घर शोधायला वेळ लागला नाही.

सुदैवाने ते घरी होते. त्यांनी लगेच त्याचे स्वागत केले.

"ये - ये चाणक्य, ये. बरी आठवण झाली आज? खरं म्हणजे, मीसुद्धा वाटच पाहत होतो - बस."

त्याने श्रेष्ठींना वाकून प्रणाम केला. त्यांनी लगेच आपल्या पत्नीला हाक मारली. त्याही आतून म्हणाल्या, "आलेऽ आले. चाणक्य आलाय ना? त्याच्यासाठी दूध घेऊन येते."

त्यांना चाणक्याबद्दल श्रेष्ठींनीच माहिती दिली होती. त्या दुधाचा पेला घेऊन येताच चाणक्याने वाकून त्यांना नमस्कार केला. त्यांनीही आशीर्वाद दिले आणि म्हणाल्या-

"बरं झालं आलास— असाच येत जा."

श्रेष्ठी म्हणाले,

"चाणक्या, आज सांग मला— विद्यापीठात प्रवेश घेण्यात काही अडचण तर पडली नाही ना?"

"नाही." तो म्हणाला, "पण प्रवेश-प्रक्रियाप्रमुखांनी माझी सखोल परीक्षा घेतली. आधी मी वैद्यकशास्त्रात प्रवेश घ्यावा, असे तातांना वाटत होते म्हणून त्या शास्त्राची आणि मग मला राजनीतिशास्त्र व युद्धशास्त्राचा अभ्यास करायचा होता म्हणून त्या दोन्ही शास्त्रांविषयी माझे ज्ञान कितपत आहे, याची सखोल चाचपणी केली."

"मग काय झालं?" श्रेष्ठींनी विचारले.

"मग काय, प्रवेश-प्रक्रिया आचार्य आणि प्राचार्य दोघेही माझ्या उत्तरांनी प्रभावित झाले, असे ते म्हणाले आणि मला प्रवेश दिला-" चाणक्याने सांगितले.

"छान, छान!" श्रेष्ठी म्हणाले, "या विद्यापीठात कल्याण होईल तुझे-"

त्यांच्या गप्पा चालल्या असताना घरातल्या एकूण वातावरणावरून चाणाक्ष चाणक्याच्या एक लक्षात आले की, श्रेष्ठींना मूल-बाळ नाही. त्याला आपल्या आई-वडिलांची आठवण उगीचच झाली. त्याला गहिवरून आले. तेवढ्यात श्रेष्ठी पुढे म्हणाले,

"बाळ चाणक्या— हे आपलेच घर समज, केव्हाही येत जा."

त्यानेही भारलेल्या आवाजात होकार भरला. मग श्रेष्ठींनी विचारले-

"पैशाबिशाची काही अडचण नाही ना? असली तर नि:संकोच सांगत जा."

"नाही, तशी काहीच अडचण नाही आणि विद्यापीठात तर आमच्यासारख्या विद्यार्थ्यांना शुल्क नसते. जेवणा-खाण्याचे, कपडा-लत्ता, राहणे याचेही शुल्क आकारत नाहीत. त्यामुळे पैशाची मुळीच अडचण नाही."

"हो, मला माहीत आहे ते." श्रेष्ठी म्हणाले, "तो सर्व खर्च राजे-रजवाडे आणि परदेशी श्रीमंतांकडून मिळणाऱ्या देणग्यांमधूनच भागविला जातो. जगप्रसिद्ध

विद्यापीठ आहे हे. खूपच छान.''

त्यांच्या सौभाग्यवतीही म्हणाल्या, ''चाणक्या, तुझ्यासारख्या हुशार, होतकरू विद्यार्थ्याला काहीच अडचण पडणार नाही. आमचे आशीर्वाद आहेतच तुझ्या पाठीशी.''

चाणक्याने पुन्हा त्या दोघांना वाकून प्रणाम केले, त्यांनीही शुभाशीर्वाद दिले आणि तो निघाला. आज त्याला त्याचे माता-पिता परत मिळाल्याचा भास झाला.

चाणक्य विद्यापीठात परतला. वैद्यकशास्त्र, राजनैतिक शास्त्र, युद्धशास्त्र आणि अर्थशास्त्र या सगळ्या विषयांचे अध्ययन करता-करता, त्याचा वेळ कसा निघून जात असे, त्याला कळतच नसे. असे करता-करता पहिले वर्ष संपून गेले. तो अधून-मधून एकटा किंवा इंदू शर्मा, गंगादास यांना घेऊन शिवशंकर यांच्या घरी येत असे.

त्याच्या विद्याभ्यासाची सात वर्षे संपून गेली. प्राचार्य पुंडरिकाक्ष आणि त्याच्या विषयांशी संबंधित भारद्वाज, पराशर, विशालाक्ष, कोणपदंत यांच्यासारख्या आचार्यांनी चाणक्याच्या कौतुकास्पद प्रगतीचा आढावा घेऊन त्याची उप-आचार्य म्हणून नेमणूक केली. त्याच्या अभ्यासातील हा महत्त्वाचा टप्पा होता. श्रेष्ठी शिवशंकर आणि त्यांच्या पत्नी पार्वतीबाई यांना त्याचे खूपच कौतुक वाटले. असे करता-करता त्याचा विद्यापीठातील विद्याभ्यासाचा पूर्ण कालावधी संपला.

त्यांच्या गटाचा निरोप-समारंभ होता, त्या वेळी पुंडरिकाक्ष आणि इतर आचार्य मंचावर होते. पुंडरिकाक्ष बोलायला उभे राहिले. त्यांनी सर्वच विद्यार्थ्यांचे कौतुक केले आणि सांगितले की, आम्ही या प्रसंगी एका विद्यार्थ्याची आचार्य म्हणून नेमणूक करीत असतो. या वेळी हे घोषित करण्यास मला आनंद वाटतो की, आज आचार्य म्हणून चाणक्याची निवड करण्यात आलेली आहे. सर्व विद्यार्थ्यांनी टाळ्या वाजवून या घोषणेचे स्वागत केले.

चाणक्याला मंचावर नेऊन पुंडरिकाक्षांच्या शेजारी बसविण्यात आले. त्याच्या जीवनातील अत्यंत महत्त्वाचा क्षण होता तो. त्याच दिवशी इंदू शर्मा - गंगादास यांना बरोबर घेऊन तो श्रेष्ठी शिवशंकरजींना भेटायला गेला. त्या उभयतांच्या डोळ्यांतून आनंदाने आसवे ओघळत होती. त्यानंतर झालेल्या गप्पांमध्ये शिवशंकरांनी, मेसिडोनियन सेनेने भारताच्या गांधार सीमेवर केलेल्या आक्रमणाची माहिती त्यांना दिली. त्यावर तिघेही म्हणाले,

''आम्हाला त्या आक्रमणाविषयी सविस्तर सांगा ना—''

तेव्हा श्रेष्ठींनी त्यांना सविस्तर माहिती दिली. ते म्हणाले, ''मेसिडोनियामध्ये

ग्रीस-स्पार्टा-अथेन्स यांसारखी अनेक लहान-लहान नगरराज्ये होती.''

''जशी आपल्या देशात लहान-लहान गणराज्ये आहेत?'' चाणक्य म्हणाला.

''हो, तशीच.'' श्रेष्ठी म्हणाले, ''पण, पारसिक सम्राट दरायस हा ग्रीसचीही लहान-लहान नगरराज्ये एकापाठोपाठ एक जिंकतो.''

''बरोबर आहे. ठाऊक आहे मला ते.'' चाणक्य म्हणाला. ''तसे झाल्यावर मात्र मेसिडोनियाच्या नव्याने गादीवर आलेला तडफदार राजा याने आपल्या पराभवाची कारणे शोधून काढून आपली सर्व नगर राज्ये परत जिंकून घेतली आणि आपले एक सुसज्ज असे सेनादल उभारले. त्याचे साम्राज्य आता चांगलेच शक्तिशाली झाले होते. त्यानंतर त्याचा प्रतापी मुलगा सिकंदर याने पारसिकवर हल्ला करून दरायसचा पराभव केला आणि तो पश्चिमेकडून आता भारताकडे येतो आहे.''

''अरे वा!'' श्रेष्ठी म्हणाले, ''तुला ही सगळी माहिती कोणी पुरविली-?''

''सांगतो,'' चाणक्य म्हणाला, ''प्राचार्य पुंडरिकाक्षांनी मी आचार्य होताच मला तक्षशिलेच्या सीमेवरील एका महान योग्याकडे नेले. त्यांचे नाव दंडायन. आम्ही गेलो तेव्हा ते शीर्षासन करून तपश्चर्या करीत होते. आम्हाला 'बसा' अशी खूण करून ते म्हणाले, 'चणकपुत्रा चाणक्या, तू तुझ्या बुद्धीनेच विद्यापीठात चांगलेच नाव कमावले आहेस. मला येथे सर्व माहिती मिळत असते. तुझा राजनीतीचा अभ्यास चांगला आहे, म्हणून मी तुझ्यावर एक जबाबदारी सोपवितो.'

मी विचारले, 'कोणती जबाबदारी योगिराज?' तेव्हा ते म्हणाले, ''पश्चिमेकडून एक जबरदस्त सेनानी पूर्वेकडील देश जिंकत भारताकडे सरकतो आहे. तो भारताचा काही भाग जिंकण्याची शक्यता आहे. याचा बंदोबस्त तुला करावा लागणार आहे.''

''वरील जबाबदारीची जाणीव करून देतानाच त्यांनी त्या मेसिडोनियन राजा अलेक्झांडर म्हणजेच सिकंदरची माहिती दिली. अर्थात मी त्यांना सांगितले की— कोणत्याही आक्रमकाचा बंदोबस्त करायचा असेल, तर आधी भारत अखंड झाला पाहिजे. विद्यापीठात मी विद्यार्थ्यांना ओळख विचारतो, तर— प्रत्येक जण मी या गणराज्यातला, दुसरा दुसऱ्या गणराज्याचे नाव सांगतो. कोणी म्हणतो— मी मगधचा कोणी काशीचा, कोणी कुरूचा, तर कोणी गांधारचा, कोणी मल्लाईराजा, तर कोणी पांचालाचा म्हणून सांगतो. मी त्यांना म्हणतो, 'का रे बाबांनो, तुम्ही स्वतःला भारताचे का म्हणत नाही'...

''मग?'' श्रेष्ठींनी विचारले.

''मग काय! ते म्हणाले, भारत काय आहे?'' चाणक्य म्हणाला. ''अशी अवस्था आहे. मी त्यांना समजावल्यावर एक शहाणा म्हणतो, 'आचार्य, लहान-

लहान राज्ये असली, तर त्यांचा विकास करणे त्यांना सोपे नाही का जात?'

"त्यावर मी त्यांना समजावले- 'बाळा, त्यांना खरोखरीच स्वत:चा विकास करायचा असला, तर ती खरोखरीच चांगली बाब आहे. पण ते एकमेकांवर हल्ले करून एकमेकांच्या प्रदेशाचे लचके तोडत आहेत; आत घुसून लूटमार करीत आहेत, हे माहीत आहे का तुम्हाला? गांधारचे सैनिक केकय राज्यात घुसून लूटमार करतात, हे एक दुर्दैव तर आहेच; पण कोणी परक्या शक्तीने आक्रमण केले, तर तो आक्रमक एकेक लहान गणराज्य सरळ घशात घालत सगळा भारत घशात घालेल."

श्रेष्ठींनी विचारले, "मुलांची काय प्रतिक्रिया होती यावर?"

"सगळ्यांना माझे सांगणे पटले असल्याचे त्यांनी सांगितले."

श्रेष्ठी म्हणाले, "चाणक्या, तुझ्या ज्ञानदानाचे आता सर्वत्र कौतुक होत आहे आणि एक विद्वान आचार्य म्हणून तू विद्यार्थिप्रिय तर होतोच आहेस- शिवाय तक्षशिलेबरोबरच साऱ्या भारतभर तुझी ख्याती पसरायला लागली आहे-"

"मान्य आहे मला ते श्रेष्ठींजी," चाणक्य म्हणाला, "माझ्या पद्धतीने जेव्हा मुलांना मी माझ्या ज्ञानदानात सामील करून त्यांना प्रश्न विचारायला सांगतो; तेव्हा मी सांगितलेले त्यांच्या किती गळी उतरते ते कळते आणि त्यांच्या प्रश्नांवरून त्यांच्या प्रतिक्रियाही समजतात."

"मुले विचारतात का प्रश्न?" श्रेष्ठींनी विचारले.

"हो तर!" चाणक्य म्हणाला, "परवाच एकाने विचारले— आचार्य, आपण राजनीतिशास्त्र आणि युद्धशास्त्र हे दोन्ही विषय शिकविता; मग आम्हाला सांगा राजकारण आणि युद्ध यात फरक काय?

"अर्थात, त्यावर मी त्याला सांगितले, 'बाळा - राजकारण हे युद्धच असते, पण त्यात रक्तपात नसतो; तर युद्ध हेही राजकारणच आहे, पण त्यात रक्तपाताला पर्याय नसतो'...

"अरे वा!" श्रेष्ठी म्हणाले.

"आणखी एकाने विचारले, 'आचार्य, आपण अर्थशास्त्रही शिकविता. मग आम्हाला सांगा— व्यापाराचे ज्ञान करून घेणे किती श्रेयस्कर आहे?'

"त्यावर मी त्याला सांगितले— 'बाळा - व्यापाराचे ज्ञान तर खरे म्हणजे प्रत्यक्ष दैनंदिन व्यापारातूनच होत जाते. शिवाय मुद्दाम प्रयत्न करून ज्ञान मिळविणे चांगलेच असते. पण एक गोष्ट लक्षात ठेव— व्यापाराचे ज्ञान अवश्य मिळवावे, पण ज्ञानाचा व्यापार मात्र करू नये,"

श्रेष्ठी शिवशंकरांना आचार्य चाणक्याचे खूपच कौतुक वाटायला लागले. बाहेर आलेल्या पार्वतीआईंनाही त्याचे कौतुक वाटले. चाणक्यने दोघांनाही वाकून प्रणाम केला आणि त्याने त्यांचा निरोप घेतला.

त्यानंतर अधून-मधून तो कधी इंदू शर्मा, गंगादास यांना घेऊन तर कधी एकटाच त्यांचे घरी जाऊन भेटून येत असे.

होता होता दोन वर्षे उलटली. चाणक्य आता सत्तावीस वर्षांचा तरुण झाला होताच, शिवाय त्याची एक अत्यंत विद्वान आचार्य म्हणून तक्षशिलेत तर प्रसिद्धी झालीच होती, पण ती देशभरातील सर्व गणराज्यांत— गांधार, मगध या राज्यांमध्येही पसरली होती. असाच तो त्या दिवशी श्रेष्ठी शिवशंकर आणि पार्वतीआईंना भेटून परतला, तो त्याला निरोप मिळाला की— मगध राज्यातला एक राजसेवक त्याच्यासाठी काही खलिता घेऊन आलेला आहे.

चाणक्याने त्या सेवकाला बोलावून तो लखोटा घेतला. उघडून वाचला. त्यात मगधचे महामंत्री राक्षस यांनी त्याला कळविले होते की, राजे धनानंदांनी त्याची नेमणूक न्यायदानाध्यक्ष म्हणून केलेली आहे आणि शक्य तितक्या लवकर राजधानी पाटलीपुत्रास येण्याची विनंती केली आहे.

त्याला तो निरोप वाचून खूपच आनंद झाला. अर्थात, त्याला श्रेष्ठी शिवशंकरजी आणि पार्वतीआईंची आठवण झालीच. तो आधी त्यांना भेटायला गेला. त्या उभयतांना थोडे वाईट वाटले खरे, पण त्यांना चाणक्याच्या समोरील त्याचे मगधातील कर्तव्य ठाऊक होतेच. त्यांनी त्याला शुभाशीर्वाद देऊन निरोप दिला.

चाणक्य विद्यापीठात परतला, तो त्याला समजले की— त्याच्यावर पित्यासमान प्रेम करणारे पुंडरिकाक्ष यांचे देहावसान झालेले आहे आणि त्यांनी त्यांचे निवासस्थान चाणक्याला देण्याचा आपला विचार संबंधितांना कळविला आहे. चाणक्याने त्यांच्या अंत्यसंस्कारानंतर त्यांच्या निवासस्थानाचा ताबा घेतला. विद्यापीठातील संबंधितांचा आणि इंदू शर्मा, गंगादास आदींचा निरोप घेऊन त्यांने मगधच्या दिशेने जाण्यासाठी प्रस्थान ठेवले.

●●●

३

मगध

शेकडो गणराज्यांत विभागल्या गेलेल्या भारतात मगधातील राज्य आकाराने सर्वांत मोठे आणि सर्वांत बलिष्ठ होते. बियास नदीच्या दक्षिण तीरापासून ते दक्षिणेला सागरतीरापर्यंत हे राज्य जवळजवळ सातशे मैलांच्या परिसरात विस्तारलेले होते. तेथील राज्य मात्र लोकानुवर्ती नसून राजाच्या नियंत्रणाखाली चालणारे होते. राजे महत्त्वाकांक्षी होते आणि सुरुवातीपासूनच राज्याचा विस्तार करण्याकडे त्यांचे लक्ष होते. त्यासाठी ते आसपासच्या गणराज्यांवर आक्रमणेही करीत असत.

सुरुवातीला मगधवर शिशुनाग घराण्यातील बिंबिसार हा इसवी सनापूर्वी ५८२ ते ५५४ पर्यंत, नंतर अजातशत्रू हा इसवी सनापूर्वी ५५४ ते ५२७ पर्यंत राज्य करीत होता. त्याच्यानंतर नंद घराण्याचा नंदिवर्धन नंतर महापद्मनंद हा राज्यावर आला. या महापद्मनंद राजाने त्याच्याकडे येणाऱ्या न्हाव्याच्या मुलीशी लग्न केले होते. या मुलीपासून त्याला जो मुलगा झाला, त्याचे नाव होते धनानंद.

हा धनानंद नावाप्रमाणेच धनाचा अत्यंत लोभी होता, विलासी होता, जुलमीही होताच. मदिरा आणि मदिराक्षी यांच्यात सदा दंग असलेल्या राजा धनानंदाच्या राज्याची राजधानी पाटलीपुत्रही त्याच रंगात रंगलेली होती. पाटलीपुत्र नगरीची दोन्ही महत्त्वाची महाद्वारे या दृष्टीने बोलकीच होती. या राजधानीच्या दक्षिण दिशेकडील महाद्वार हे तर यमद्वार म्हणून प्रसिद्ध होते. त्या द्वारातून आत शिरल्यावर अनेकानेक मद्यालयाची दुकाने ओळीने दिसत असत आणि त्या मद्यालयांमध्ये तत्कालीन लोकांना प्रिय अशी किनवा, आसवे, मैरेय, मेदक, मधू आदी प्रकारची मद्ये उपलब्ध होती. तिथे मदिरा आणि मदिराक्षीमध्ये रात्रंदिवस सतत रमणाऱ्या अनेकानेक नागरिकांचा वावर असायचा, कारण याच्यासमोरच गणिकांची स्थानके होती. जसा राजा, तशी प्रजा!

पाटलीपुत्र नगरीचा दुसरा प्रसिद्ध दरवाजा होता तो उत्तरद्वार. हे द्वार ब्रह्मद्वार

म्हणून प्रसिद्ध होते. या द्वारातून आत गेल्यावर समोरच राजा धनानंदाचा राजमहाल होता आणि आजूबाजूला ब्राह्मणांची वस्ती होती. हे मद्यालये आणि गणिकांच्या निवासाचे बाजूला यमद्वार नाव का दिलेले असावे, हे योजकांना माहीत; पण त्या बाजूला गेलेले गिऱ्हाईक बहुधा यमाशी जवळीक साधण्यासाठीच अजाणतेपणाने जात असावे.

पाटलीपुत्र नगराभोवती भक्कम कोट बांधलेला होता आणि त्याभोवती खोल व रुंद असा खंदक होता— ज्यात पाणी तर होतेच, पण मगरीही होत्या. त्यावरचा पूल हा तेथील रक्षक रात्रीच्या वेळी वर उचलून घेत होते. चाणक्य हा मगध राज्याकडे येताना उत्तरापथानेच मगध राज्याच्या सीमेपर्यंत आला होता. पुढे बियास नदी ओलांडून त्याने मगध राज्याच्या सीमेत प्रवेश केला आणि तो राजधानी पाटलीपुत्राच्या दिशेने आला, तो राजधानीच्या उत्तरद्वाराच्या दिशेनेच आला. दिवसाची वेळ असल्याने खंदकावरील पूल आडवा पाडलेलाच होता. तो ओलांडून चाणक्य उत्तर महाद्वाराशी आला. तिथे अर्थातच रक्षकाने त्याला पाहून हात आडवा केला.

काळा-सावळा रंग, ओबडधोबड चेहरा, वेडेवाकडे दात, अंगात गुडघ्यापर्यंत धोतर, गळ्यात जानवे, खांद्यावर उपरणे आणि तासलेल्या डोक्याच्या योग्य जागी असलेली लांब शेंडी योग्य प्रकारे गाठ मारून ठेवलेली— अशा आगळ्यावेगळ्या अवतारातील चाणक्याला पाहून कोणीही अडवणे साहजिकच होते. त्यातून चाणक्यासारखी व्यक्ती जवळ येताच रक्षकांनी त्याला अडवले नसते, तरच नवल होते. अर्थात रक्षकाने आडवा केलेला हात चाणक्याने आपल्या उजव्या हाताने सरळ उडवून दिला आणि रक्षकाच्या प्रतिक्रियेची दखल न घेता तो सरळ आत घुसला.

चाणक्य आता सत्तावीस-अठ्ठावीस वर्षांचा तगडा तरुण झालेला होता. विद्वत्तेचे तेज त्याच्या चेहऱ्यावर होते. त्याच्याजवळ राजाची मुद्रा असलेले पत्रही होते. त्यामुळे त्याला रक्षकाची पर्वा नव्हतीच. चाणक्याच्या एकूणच आक्रमक पवित्र्याने चकित झालेले रक्षक चाणक्याच्या पाठमोऱ्या आकृतीकडे पाहतच राहिले. चाणक्य सरळ आत शिरला. गेल्या सोळा-सतरा वर्षांत गावात फरक पडला असला, तरी त्याला स्वत:चे घर शोधायला वेळ लागला नाही. तो आपल्या घराकडे आला.

स्वत:चे घर समोर दिसायला लागताच त्याला सोळा-सतरा वर्षांपूर्वीचा तो अमावास्येचा दिवस आठवला. त्याच दिवशी सकाळी त्याच्या तापाने फणफणलेल्या आईला पाहायला येण्यास वैद्यबुवांनी नकार दिला होता, कारण काय तर म्हणे— राजाज्ञा! त्याच तापाने आई मृत्युमुखी पडली, तर तिच्या अंत्यसंस्कारासाठी त्याला लाकडे मिळेनात; कारण काय— तर धनाचा लोभी असलेल्या राजा धनानंदाने त्या

लाकडांवरही कर लादला होता. अखेर मातेचा मृतदेह त्याने गंगार्पण केला होता, तर त्याच रात्री त्याच अत्याचारी राजाने भर बाजारात त्याच्या तातांचा शिरच्छेद करून त्यांचे मस्तक गंगेच्या किनारी ज्या वडाच्या झाडाच्या फांदीला टांगले होते. त्या ठिकाणी अमावास्येच्याच मध्यरात्री जाऊन त्याने पिताजींचे मस्तक घेऊन गंगा पार केली आणि कात्यायनजी यांनी आधीच केलेल्या व्यवस्थेप्रमाणे पिताजींचा अंत्यसंस्कार गंगाकिनारी करून तो तक्षशिलेच्या दिशेने निघाला होता. तीच पवित्र गंगा ओलांडून तो आज पाटलीपुत्रात आला होता.

तो घराशी आला. घरात शिरण्याआधी त्याने उंबऱ्याला प्रणाम केला. मग घरात शिरून घर स्वच्छ केले आणि मग तो कात्यायनजींना भेटायला गेला. तो का आला, हे त्याने त्यांना सांगितले. कात्यायनजींमध्ये थोडा फरक पडला होता, पण त्याने त्यांना आणि त्यांनी चाणक्यला ओळखले. तो त्यांच्या पाया पडला. ते त्याच्या चेहऱ्याकडे निरखून पहात होते. विद्वत्तेचे तेज त्याच्या मुखावर विलसत होते. त्यांना कौतुक वाटले. आपल्या तक्षशिलेच्या विद्याभ्यासाबद्दल आणि श्रेष्ठी शिवशंकर यांच्याबद्दल त्याने त्यांना सांगितले. थोडा वेळ गप्पा मारल्यावर त्यांचे आशीर्वाद घेऊन तो सिद्धार्थकाच्या घरी आला.

सिद्धार्थक घरी नव्हता. आईनेच दार उघडले. चाणक्याला ओळखायला तिला थोडा वेळ लागला, पण ओळख पटताच तिने शकदालांना हाक मारली.

''अहो, बघा कोण आलंय ते!''

शकदाल बाहेर आले. त्यांनाही क्षणभर विचार करावा लागला आणि ओळख पटताच नमस्कार करायला खाली वाकलेल्या चाणक्याला त्यांनी वर उचलून छातीशी धरले. त्याच्या पाठीवर थाप मारीत ते म्हणाले,

''विष्णू— नव्हे, चाणक्या! अरे, तुझी कीर्ती सगळीकडे पसरली आहे आणि आता तर मगधचा तू न्यायदानाध्यक्ष झाला आहेस. छान, खूपच छान-''

चाणक्यही त्यांच्याकडे निरखून पाहत होता. शकदाल घरी परतल्याचे कात्यायनांनी त्याला सांगितले होते-

खरं म्हणजे अमात्य राक्षसामुळे ते धनानंदाच्या कैदेतून सहीसलामत घरी परतले होते. मात्र, त्यांच्या तब्येतीवर तेथील हाल-अपेष्टांचा परिणाम झालेला होता. पण ते सुखरूप परत आलेत, यातच सगळे सुख सामावले होते.

चाणक्याने दोघांनाही विचारले,

''सिद्धार्थक नाही का घरी? आणि अजय-वरुण कोठे आहेत?''

शकदाल म्हणाले, ''अरे, ते तिघेही अध्यापन करतात. येतीलच ते थोड्या

वेळाने.''

हे तिघेही अध्यापन करतात. हे ऐकून चाणक्याला खूप बरे वाटले. आपल्या जनजागृतीच्या मोहिमेत या तिघांचा चांगला उपयोग होईल, याची त्याला खात्री होती. त्याला परत लवकर जायचे असल्याने त्याने शकदाल आणि सिद्धार्थकाच्या आईचा निरोप घेताना त्यांना सांगितले की, उद्या दरबारात हजर राहून मी संध्याकाळी येईनच.

धनानंद राजाचा दरबार त्याचा दरबार सभागृहात भरला होता. ते सभागृह ऐंशी प्रचंड मोठाल्या दगडी स्तंभांवर उभारलेले होते. नेहमीप्रमाणेच ते सुशोभितही करण्यात आलेले होते. चाणक्याने दरबारात प्रवेश करताच अमात्य राक्षस उठून उभा राहिला आणि त्याने चाणक्याचे स्वागत केले. तो म्हणाला,

''अमात्य राक्षस आचार्य चाणक्य यांचे स्वागत करीत आहे.''

समोर येऊन त्याने आचार्य चाणक्य यांचा हात धरून त्यांच्या आसनापर्यंत आणले. धनाढ्य राजा धनानंद कोरीव नक्षीदार काम केलेल्या आपल्या रत्नजडित सिंहासनावर बसला होता. त्याच्या समोर उजव्या आणि डाव्या हाताला इतर मंत्रिगण बसले होते. उजव्या हाताच्या पहिल्या क्रमांकावर अमात्य राक्षसाचे स्थान होते. त्याच्या शेजारीच आचार्य चाणक्य यांचे स्थान होते. ते स्थानापन्न होण्याआधीच राक्षसाने राजा धनानंदाला विनंती केली—

''आचार्य चाणक्य न्यायदानाध्यक्षाची वस्त्रे स्वीकारण्यासाठी आलेले आहेत. त्यांना आपल्या शुभ हस्ते वस्त्रे अर्पण करावीत.''

चाणक्य ताठ मानेने चालत समोर आला. राजा आपल्या ठिकाणी उभा राहिला. चाणक्याने त्याला प्रणाम केला, राजानेही प्रणाम केला. दोघांचीही नजरानजर झाली.

राजाच्या नजरेत रोखून पाहाताना चाणक्याला आपल्या तापाने फणफणणाऱ्या मातेची आठवण झाली. औषधाअभावी तिचा झालेला मृत्यूही आठवला. तसेच गंगाकिनारी वडाच्या फांदीवर लोंबकळणारे त्याच्या पित्याचे मस्तकही त्याच्या नजरेसमोर आले. त्याचा चेहरा कठोर झाला; पण न्यायदानाध्यक्षाची वस्त्रे आणि पद स्वीकारणे ही आपल्या सूड उगवण्याच्या स्वप्नपूर्तीसाठी चालून आलेली सुवर्णसंधी आहे, हे तो विसरला नाही आणि क्षणार्धात चेहऱ्यावरील भाव सौम्य झाले.

राजाने वस्त्रे हातात घेतली. चाणक्य समोर आला आणि त्याने त्या वस्त्रांचा स्वीकार केला. राक्षसाने त्याला त्याच्या स्थानावर नेऊन बसविले आणि आता

दरबाराचे काम सुरू करावे, अशी राजाला विनंती केली. पण राजाने लगेच अमात्य राक्षसाला सांगितले,

"अमात्य, सारीपाट खेळण्याची आमची वेळ झालेली आहे. आम्ही निघतो. तुम्ही दरबाराचे काम चालू करा."

राजा उठला आणि सभागृहातून निघून गेला. सारा दरबार स्तंभित झाला. चाणक्याचा चेहराही कठोर झाला. मंत्रिगणांमधे बसलेले कात्यायनही चक्रावून गेले. अमात्य राक्षसाने दरबाराचे कामकाज चालवण्यास सुरुवात केली खरी; पण एकूणच सर्व वातावरण असे होते की, थोड्याच वेळात दरबाराचे कामकाज आटोपते घेण्यात आले. चाणक्य तिथून सरळ घरी आला आणि तिथून शकदालांच्या घरी जाऊन दरबारात काय काय झाले, हे त्याने त्यांना सांगितले. दरबाराचे काही झाले असले, तरी चाणक्य आता मगध राज्याचा न्यायदानाध्यक्ष झाला होता आणि या पदाचा तो आपल्या उद्दिष्टपूर्तीसाठी चांगला उपयोग करून घेणार होता. मगध राज्यातील भ्रष्टाचारावर त्याने लक्ष केंद्रित केले.

एके दिवशी सकाळी चाणक्यांनी शस्त्रागारास भेट दिली. त्याने तेथील खाती आणि शस्त्रे तपासली, ज्यात त्याला खूपच तफावत आढळली. त्याने खोलात जाऊन चौकशी केल्यानंतर त्याला समजले की, शस्त्रास्त्रे विकली जात आहेत. त्याचा सखोल तपास करून संबंधितांना त्याने शासन करविले. अशी आणखी काही भ्रष्टाचाराची प्रकरणे त्याने लागोपाठ उघडकीस आणली. राज्यातील भ्रष्टाचारी यंत्रणा हादरली. त्या यंत्रणेत सगळेच भ्रष्टाचारी होते, असे नाही. जे चांगले होते, त्यांचा चाणक्याविषयीचा आदर दुणावला, तर भ्रष्टाचारी हादरले.

राजाच्या कानांवर चाणक्याच्या या बाबी जात होत्याच, त्याचप्रमाणे अमात्य राक्षसाच्या कानांवरही या बाबी जात होत्याच. अमात्य राक्षस हा यंत्रणेच्या सुधारणेबाबत जागृत होता. त्याला अर्थातच चाणक्याबाबत फारसे कौतुक होते, असे नाही. तो राजनिष्ठ होता, पण चाणक्याबाबत तो सावध होता. चाणक्याची लोकप्रियता हळूहळू वाढीस लागली होती. राक्षसाबद्दल त्याचा निश्चित असा ग्रह होता. तो म्हणजे— भविष्यात जेव्हा आपले उद्दिष्ट साध्य होईल, त्या वेळी याच राक्षसाचा आपल्याला चांगला उपयोग झाल्याशिवाय राहाणार नाही, याची त्याला खात्री होती. पण तोपर्यंत त्याच्यापासून सावध राहणे आवश्यक आहे, हे तो जाणून होता.

चाणक्य तिथून निघाला तो सरळ सिद्धार्थकाकडे आला. त्याच्याकडूनही त्याला जनमानसात त्याची प्रतिमा उंचावत असल्याचे कळले. चाणक्याने आता एकूणच व्यवस्थापनात व इतरत्र चांगल्या वृत्तीची माणसे भरणे सुरू केले आणि

राजाच्या भ्रष्ट कारभाराभोवती एक साखळी निर्माण होत गेली. राक्षसाच्या नजरेत हे येत होतेच, पण त्याला काही उपाय नव्हता. अर्थात यावर काय उपाययोजना करता येईल याचा विचार मात्र राक्षस करू लागला होता.

दिवसामागून दिवस चालले होते. अशाच एके दिवशी त्याच्या दाराची कडी वाजली. चाणक्याने दार उघडले, तो समोर अमात्य राक्षस उभा होता. अर्थात, चाणक्याने सन्मानपूर्वक त्याला आत घेतले आणि विचारले-

"अमात्य, असे अचानक कसे काय येणे केलेत?"

राक्षस म्हणाला, "तुम्हाला माहिती देऊन बोलावणं करायला आलो आहे."

"कशाबद्दल? मी समजलो नाही?" चाणक्य म्हणाला.

"उद्या आपल्या दरबारात दर वर्षीप्रमाणे विद्वत्सभा आहे. त्या सभेला मगध राज्यातील नव्हे, तर देशातील सर्व गणराज्यांतील व तक्षशिलेतील विद्वान आचार्य जमा होतील. तुम्हीही त्यात सहभागी व्हावे, म्हणून तुम्हाला निमंत्रण द्यायला आलो आहे." राक्षसाने सांगितले-

चाणक्य म्हणाला, "या सभेला राजेसाहेब येणार ना?"

"हो, अर्थातच! ते अध्यक्षस्थान स्वीकारतील." राक्षस म्हणाला.

"मग मी येऊन काय करू? उगीच मतभेद वाढतील." चाणक्य म्हणाला.

"मुळीच नाही! मी आहे ना तिथे योग्य ती काळजी घ्यायला." राक्षस म्हणाला.

राक्षसाने खूपच आग्रह केल्यावर चाणक्याने येण्याचे मान्य केले. राक्षस गेल्यानंतर चाणक्य कात्यायनांकडे गेला. त्यांना अर्थातच सभेची माहिती होतीच. तेही येणार होते. त्यांनी मात्र चाणक्यला सावध राहून कमीत कमी बोलण्याची आणि संघर्ष टाळण्याची सूचना केली.

अखेर चाणक्य विद्वत्सभेला आला. राजा धनानंद सभेत नव्हताच. अमात्य राक्षसाने चाणक्याला त्याच्या आसनावर बसविले आणि तो तसाच राजाकडे आला. नेहमीप्रमाणेच राजा धनानंद तरुणींच्या घोळक्यात बसून मद्य प्राशन करण्यात दंग होता. अमात्य राक्षसाने त्याला समजावून सांगून सभेला येण्यास तयार केले आणि तो सभागृहात आला. अनेक विद्वान सभेला उपस्थित होते. मंत्रिगण होते. कात्यायनही होतेच. काही वेळातच राजा डुलत-डुलत सभागृहात आला. सर्व सभागृहातील विद्वानांनी उठून उभे राहून त्याचे स्वागत केले. राजा स्थानापन्न होताच अमात्य राक्षसाने अधिपतींना सभेचे कामकाज सुरू करण्याची विनंती केली.

अधिपतींनी राजाला अभिवादन करून सभा सुरू करण्याची अनुमती घेतली आणि सर्व विद्वानांना प्रणाम करून ते म्हणाले, ''आजच्या आपल्या विद्वत्सभेस आपण प्रश्नोत्तराच्या चर्चेने सुरुवात करू. मी एक प्रश्न विचारतो. प्रश्न असा आहे- ज्ञान आणि विनय यांचा समन्वय कोण साधू शकतो?''

उपस्थित विद्वानांपैकी एकाने सांगितले-

''ज्याचा आपल्या इंद्रियांवर ताबा असतो, ती व्यक्ती ज्ञान आणि विनय यांचा समन्वय साधू शकते.''

अधिपतींनी समाधानाने मान हलविली. ते म्हणाले, ''आता पुढचा प्रश्न. सगळ्यात सामर्थ्यवान आणि सर्वश्रेष्ठ कोण आहे?''

एक विद्वान म्हणाले -

''सगळ्यात सामर्थ्यवान आणि सर्वश्रेष्ठ तो सर्वशक्तिमान असा परमेश्वरच आहे.''

त्या विद्वानाचे उत्तर ऐकून गंभीर असलेल्या राजाने त्या विद्वानाला विचारले,

''सामर्थ्यवान आणि सर्वश्रेष्ठ राजा नसतो का?'' राजाचा तो प्रश्न ऐकून तो विद्वान म्हणाला,

''महाराज, राजा सामर्थ्यवान आणि श्रेष्ठ असतो तो आपल्या राज्यापुरता; पण परमेश्वर हा जगात सगळ्यात सामर्थ्यवान आणि सर्वश्रेष्ठ असतो.

त्याचे उत्तर ऐकून राजाचे पित्त खवळले. राजाने त्या वक्त्याला विचारले,

''कोठून आलात आपण?''

त्याने सांगितले, ''मी तक्षशिलेहून आलो आहे, विद्यापीठात अध्ययन करतो.''

''तरीच!'' राजा तोऱ्यात म्हणाला. तो या वक्त्यावर काही ताशेरे ओढणार आहे, हे ओळखून अमात्य राक्षसाने राजाला शांत केले. विद्वत्सभेत आज त्याचे उद्दिष्ट होते ते चाणक्य— चाणक्याला राजासमोर बोलायला लावून आग लावण्याचे होते. म्हणूनच त्याने लगेच त्याप्रमाणे कार्यवाही केली. त्याने अधिपतींना पुढील प्रश्न विचारून चर्चेला पुन्हा सुरुवात करण्याची विनंती केली. अधिपतींनी लगेच सभागृहाला प्रणाम करून प्रश्न विचारला,

''राजाची मुख्य कर्तव्ये काय असतात? आदर्श राजा कसा असावा?''

अधिपतींनी तो प्रश्न विचारताच अमात्य राक्षस उभा राहिला. त्याने राजाला प्रणाम केला आणि मग सभेला जमलेल्या मान्यवर विद्वानांना उद्देशून तो म्हणाला,

''महोदय, आज सौभाग्याने आपल्या सभेत नुसत्या मगध राज्यातच नव्हे, तर साऱ्या देशात एक विद्वान आचार्य म्हणून ओळखले जाणारे आचार्य चाणक्य हे

उपस्थित आहेत; म्हणून आजच्या अत्यंत महत्त्वाच्या प्रश्नावर भाष्य करण्याची विनंती मी त्यांना करणार आहे.'' आणि मग शांतपणे त्याने आचार्य चाणक्यांना प्रणाम करून त्या प्रश्नावर भाष्य करण्याची विनंती केली. अमात्याने अचूक काडी लावली होती.

आचार्य चाणक्य शांतपणे उभा राहिला. त्याने राजाला प्रणाम केला आणि त्याच्या नजरेला नजर भिडविली. राजा आधीच डिवचला गेला होता. त्यातून न्यायदानाध्यक्ष झालेल्या चाणक्याची जनमानसात उजळली गेलेली प्रतिमा, त्याची लोकप्रियता याची माहिती राजाला समजत होतीच. त्यामुळे चाणक्यावर तो आधीच चिडलेला होता आणि चाणक्यही हे ओळखून होताच, पण त्याला त्याची पर्वा नव्हती. राजाला प्रणाम केल्यानंतर राजाच्या नजरेतील विखार जाणवूनही चाणक्याने सभागृहालाही प्रणाम केला आणि मग धीर गंभीर आवाजात 'ओऽऽम्' म्हणून त्याने बोलायला सुरुवात केली-

सुरुवातीलाच तो म्हणाला, ''राजाचे कर्तव्य काय आहे, हे मी सांगतो त्या श्लोकात स्पष्टपणे सांगितले आहे. तो श्लोक असा-

''प्रजासुखे सुखं राज्ञ: प्रजानांच हिते हितम् ।
नात्मी प्रियं हितं राज्ञ: प्रजानां तु प्रियं हितम् ॥''

चाणक्य म्हणाला, ''या श्लोकाचा अर्थ असा आहे— राजाचे सुख हे प्रजेच्या सुखात असते, त्याचप्रमाणे राजाचे हित हे प्रजेच्या हितातच सामावलेले असते. राजाचे हित हे कधीही स्वार्थ साधण्यात नसते, तर ते प्रजेला पूर्णपणे सुखी करण्यात असते. हेच प्रामुख्याने आदर्श राजाचे लक्षण आहे.'' सभेत पूर्णपणे शांतता पसरली होती. चाणक्य पुढे म्हणाला-

''राजा हा वाक्‌चतुर, रसाळ भाषेत बोलणारा, धीर, कुशल आणि हुशार व्यवस्थापक, आठवणींचा पक्का व मान्यवरांच्या मार्गदर्शनावर विचार करणारा, शांतता व युद्धात योग्य संधी शोधून त्यांचा फायदा घेणारा...''

राजाच्या डोळ्यांत फुलणारा अंगार चाणक्याला दिसत होता. तो वाट पाहत होता ती स्फोट होण्याची. चाणक्य पुढे म्हणाला, ''राजा हा स्पष्टवक्ता, सन्मान-स्वाभिमान जोपासणारा, ज्येष्ठांचा सन्मान करून त्यांच्या मार्गदर्शनाचा मान करून त्याप्रमाणे...''

''बास, बास!'' राजा ओरडला. ''पुरे कर-'' आणि अमात्यांकडे वळून म्हणाला, ''हा बडबड करणारा, कुरूप, काळतोंड्या कोण आहे?'' अमात्य राक्षसाला जे हवे होते, ते साध्य होत होते. तो नम्रपणे म्हणाला,

"महाराज हा मगधातीलच नव्हे, तर देशातील प्रसिद्ध विद्वान चाणक्य, आपल्या राज्यातील विद्वान चणक यांचा पुत्र आहे..."

"आले, आले! माझ्या लक्षात" राजा म्हणाला. "याच्या बापाला संपविले तेव्हाच याला सोडला, ही माझी चूकच झाली..."

चाणक्य गंभीरपणे म्हणाला,

"राजा - तू पहिल्यांदाच बरोबर बोललास. माझ्या पूज्य तातांना तू मारलेस, तेव्हाच मला संपवायला हवे होतेस; कारण शत्रूचा समूळ नायनाट करायचा असतो, ही युद्धनीती आहे आणि माझ्या बोलण्याविषयी म्हणशील तर लक्षात घे— ही विद्वत्सभा आहे आणि विद्वानांच्या या सभेत अमात्य राक्षसांच्या विनंतीवरून एक विद्वान या नात्याने मी माझे विचार मांडीत आहे-"

"विचार मांडीत आहे नाही, होतास! आता तुझे तोंड बंद कर आणि चालता हो इथूनऽऽ" राजा ओरडला.

"ठीक आहे," चाणक्य म्हणाला, "मी सभेसमोर आदर्श राजा कसा असावा याचे चित्र उभे करीत होतो, पण ते तुला लागू होत नव्हते. तुझ्यासारख्या भ्रष्ट, लाचखोर, लोभी, मदिरा आणि मदिराक्षींच्या घोळक्यात..."

"बासऽऽ बासऽऽ!" राजा चवताळून ओरडला. सगळी सभा अवाक् झाली होती. कात्यायन तर कावरेबावरे झाले होते. कोठून या चाणक्याला इथे येऊ दिले, असे त्यांना झाले होते.

"मलाही जास्त बोलायचे नाही. तुझ्यातील 'न्यूनगंड' तुला ओरडायला लावतो आहे, लक्षात घे-"

"नीघ आधी, नीघ इथूनऽऽ" राजा ओरडला आणि सुरक्षारक्षकांना पाहून ओरडला, "पाहता काय? याची शेंडी धरून बाहेर काढा याला. याला हद्दपार करतो आहे मी! तू न्यायदानाध्यक्ष आता नाहीस, हे लक्षात ठेव. चालता हो-"

"ठेवले मी लक्षात..." चाणक्य म्हणाला. "आणि राजा, तूही लक्षात ठेव— मी निघालो ते माझ्या शेंडीची गाठ सोडूनच. तुझ्या नंद वंशाचा पूर्ण नि:पात करूनच मी माझ्या शेंडीची गाठ मारीन..."

असे राजाला ठणकावून सांगत चाणक्य लगेच मागे वळला आणि बाहेर निघाला. सभागृह थरारून गेले होते. कोणाला— अगदी राजालाही काय होते आहे, हे समजण्याआधीच चाणक्य तिथून नाहीसा झाला होता. चाणक्यासारख्या एका विख्यात ज्ञानी पंडिताचा— आचार्याचा भर सभेत केला गेलेला तो अपमान पाहून सारी सभा दंग झाली होती. उपस्थित विद्वानांपैकी कोणालाच तो प्रकार आवडला

नव्हता. या दुर्दैवी घटनेची बातमी सगळीकडे पसरायला वेळ लागला नाही.

कात्यायन गंभीर झाले होते.

शकदालांना ही बातमी कळली, तेव्हा तेही व्यथित झाले होते. पण घडलेल्या एकंदर प्रकाराने चाणक्याविषयी सहानुभूतीची, आदराचीही एक लाट पाटलीपुत्रात उठली होती. राजाचे विरोधक वाढले होते. त्यात महत्त्वाचा होता तो भागुरायण— मगधाच्या सैन्याचा सेनापती— जो आधीच अमात्य राक्षसाने त्याला दिलेल्या वागणुकीमुळे चाणक्याकडे आकर्षित झाला होता, तो आणखीनच त्याच्या जवळ गेला.

राजधानी पाटलीपुत्र नगरीच्या बाहेर चाणक्य निघून गेला. तो अज्ञातवासात गेल्याप्रमाणे रानावनांत भटकत राहिला. दिवस जात होते. तसातसा त्याचा मगधच्या गादीवरील धनानंद आणि संपूर्ण नंद घराण्याचा नाश करण्याचा इरादा आणखीन पक्का होत होता. तो विचार करीत होता— तो धनानंदानंतर आपल्याला अत्यंत कर्तबगार असा दुसरा कोण मिळेल? याच विचारात रानोमाळ भटकत असताना एका वनात त्याला आकर्षित करून घेणारे एक चित्र दिसले.

●●●

४

शोध भावी सम्राटाचा

एका मोठ्या झाडाच्या पारावर एक आठ-दहा वर्षांचा मुलगा बसला होता. त्याच्या चेहऱ्यावर एक आगळे-वेगळे तेज होते, शरीरानेही तो बळकट वाटत होता आणि त्याच्या समोर त्याच्याच वयाची दहा-बारा मुले बसली होती. ती बहुतेक गुराख्याची मुले असावीत, कारण तो भागच गुराख्यांच्या वस्तीचा होता; त्यावरून चाणक्याने तसा अंदाज केला होता. तो थोड्या अंतरावरून त्यांचे काय चालले आहे याचा अंदाज घेत होता. त्याला तसा दुसरा काहीही उद्योग नव्हताच, म्हणूनच तो कुतूहलाने पाहत होता....

खाली बसलेल्या मुलांपैकी एक जण उभा राहिला आणि त्याने नाट्यमय रीतीने जाहीर केले-

"राजाधिराज चंद्रगुप्तमहाराजांच्या दरबाराचे काम सुरू होत आहेऽऽ ज्यांच्या तक्रारी आहेत, त्यांनी त्या महाराजांसमोर मांडाव्यात-"

ती घोषणा ऐकून एक मुलगा उभा राहिला आणि त्या नाटकातील महाराजांना प्रणाम करून म्हणाला,

"महाराज, माझी तक्रार आहे ती या धनेश्वराच्या विरोधात..."

महाराजांनी गंभीरपणे विचारले, "काय तक्रार आहे?"

"महाराज, तो पहिला मुलगा म्हणाला, "माझ्या मालकीच्या जमिनीतील अर्धा भाग मी या धनेश्वराला विकला आहे. त्याच भागात एक विहीरही आहे. आमचा व्यवहार पूर्ण झाल्यावर दोन दिवसांनी मी त्या विहिरीतील पाणी घ्यायला गेलो, तो धनेश्वराने मला पाणी घेण्यापासून अटकाव केला-"

महाराज गंभीर झाले. त्यांनी धनेश्वराला विचारले-

"धनेश्वरा, यावर तुझे काय म्हणणे आहे?"

धनेश्वर म्हणाला, "महाराज, मी विहिरीसकट ती शेतजमीन विकत घेतलेली

आहे. त्यामुळे त्याचा आता त्या विहिरीवर किंवा विहिरीतील पाण्यावर...''

धनेश्वराला मधेच तोडून महाराज म्हणाले,

''धनेश्वरा, तू जमीन आणि विहीर विकत घेतली आहेस; पण विहिरीतलं पाणी काही तू विकत घेतलेले नाहीस ना?''

धनेश्वर म्हणाला, ''पण महाराज— विहिरीतील पाणी...''

महाराज म्हणाले, ''विहिरीतील पाण्याची किंमत तू त्याला दिलेली नाहीस. त्यामुळे ते सगळे पाणी तू त्याला परत कर.''

धनेश्वर म्हणाला, ''महाराज, ते कसे शक्य आहे आता?''

महाराज म्हणाले, ''नाही ना? मग त्याला हवे तेव्हा पाणी तू घेऊ द्यायला हवेस. हा माझा आदेश आहे-''

धनेश्वराने महाराजांचा आदेश मान्य केला. तक्रारदाराचेही समाधान झाले. चाणक्य कुतूहलाने आणि कौतुकाने तो सगळा प्रकार पाहत होता. तेवढ्यात आणखी एक मुलगा उभा राहिला आणि म्हणाला,

''महाराज, माझी तक्रार नाही,— पण आपले मार्गदर्शन हवे आहे.''

''कशाबद्दल?'' महाराजांनी विचारले.

मुलगा म्हणाला, ''महाराज, आमची वडिलोपार्जित जमीन आहे. आम्ही चार भाऊ आहोत. मी सगळ्यात मोठा. माझे तीन भाऊ म्हणताहेत की, आपण जमिनीची विभागणी करावी आणि मी नाही म्हणतोय. आपणच मार्गदर्शन करावे.''

चंद्रगुप्त म्हणाला, ''तुझे भाऊ इथे आहेत का?''

मुलगा म्हणाला, ''आहेत महाराज, हे काय उभे राहिलेत.''

चंद्रगुप्त त्या भावांना उद्देशून म्हणाला,

''हे बघा दोस्तांनो, आज तुम्ही आपल्या भूमीचे तुकडे करून मागता आहात. मग तुम्हाला मुले झालीत की, तीदेखील तुमच्या वाट्याला आलेल्या जमिनीचे तुकडे पाडून मागतील आणि असे करता-करता त्या प्रत्येकाच्या वाट्याला दहा-दहा पावलांइतकीच जमीन उरेल— त्यांना त्यात साधं घरसुद्धा बांधता येणार नाही-''

मुले म्हणाली, ''खरे आहे महाराज.''

चाणक्याचे कुतूहल आणखी जागृत झाले होते.

चंद्रगुप्त पुढे म्हणाला, ''मग दोस्तांनो, आहे तीच जमीन तुम्ही चौघांनी मिळून पिकवलीत, तर जी रक्कम मिळेल त्या रकमेतून आणखी जमीन विकत घेता येईल. तुमच्या कुटुंबाची संपत्ती वाढत जाईल. हा अखंड राहण्याचा मोठा फायदा आहे. तुम्हाला तुमच्या जमिनीचे रक्षणही करता येईल, जे एकेकट्याला करता येणार

नाही. विचार करा.''

चंद्रगुप्ताचे ते वाक्य पूर्ण होताच चाणक्य टाळ्या वाजवीतच समोर आला. तो म्हणाला,

''वाऽ वा महाराज, केवढा मोठा संदेश दिलात आपण!'' चंद्रगुप्त आश्चर्याने चाणक्याकडे पाहत म्हणाला,

''ब्राह्मणदेवता, आपण कोण आहात?''

''महाराज, तुम्ही म्हटल्याप्रमाणे मी एक ब्राह्मणच आहे. पण मला तुमची माहिती हवी आहे.''

चंद्रगुप्त म्हणाला, ''तुमची नाही ब्राह्मणदेवता; मी नाटकातला महाराज होतो, मला तुझी माहिती म्हणा-''

चाणक्य म्हणाला, ''शाबास, तुझ्यातील विनयशीलतचे मला कौतुक वाटले.'' बरं, आपण दोघे बोललो, तर चालेल ना?''

चंद्रगुप्त म्हणाला, ''चालेल ना. पण आधी मला सांगा, आपण कोण आहात? मगधच्या दुष्ट राजाचे गुप्तहेर तर नाही ना?''

चाणक्य म्हणाला, ''नाही रे मित्रा, उलट त्या दुष्ट राजाने मलाच हद्दपार केलेले आहे, कारण मी स्पष्टपणे त्याचे दोष भर दरबारात दाखवून दिले होते. माझे नाव चाणक्य.''

चंद्रगुप्त म्हणाला, ''ओहो चाणक्य... म्हणजे आचार्य चाणक्य!'' असे म्हणत त्याने चाणक्याला दंडवत घालून प्रणाम केला-

''शुभं भवतु।'' म्हणत चाणक्यांनी त्याला वर उचलले आणि विचारले, ''बाळा, नाव काय तुझे?''

''माझं नाव चंद्रगुप्त. मी राहातो या गोपाळ भूमीच्या प्रमुखांकडे. इथे मला माझ्या आईने ठेवले आहे.''

''कोण तुझी आई? राहते कोठे? आपण भेटू या का तिला?'' चाणक्याने विचारले.

''हो, चला जाऊ या की तिला भेटायला!'' चंद्रगुप्त म्हणाला. चाणक्यला घेऊन चंद्रगुप्त मोरबनाकडे आला. तिथे एका लहानशा झोपडीवजा घरात एक तिशीच्या वयाची, गोड चेहऱ्याची, गोरीपान तरुणी काम करीत बसलेली होती.

चंद्रगुप्ताने तिला हाक मारली. ती उठून बाहेर आली. चंद्रगुप्त तिला म्हणाला, ''यांना काही माहिती हवी आहे.''

''काय माहिती हवी आहे बाळ?'' तिने विचारले.

चाणक्याने तिला प्रणाम करायच्या आधी तिनेच वाकून प्रणाम केला. चाणक्याने तिला आशीर्वाद दिले आणि विचारले,

"माते, हा तुमचा मुलगा आहे ना?" तिने मानेनेच 'हो' म्हणून खुणावल्यावर- चाणक्य म्हणाला, "मला तुमची माहिती हवी आहे— सगळी"-

त्या घराचा परिसर जंगलाने वेढलेला होता. चंद्रगुप्ताच्या आईने चाणक्याला बसायला सांगून आपली सगळी माहिती सांगायला सुरुवात केली. त्यावरून चाणक्याला समजले, ती आगळी-वेगळी माहिती होती.

"माझे नाव मुरा." तिने सांगितले, "माझे वडील एका युद्धात मारले गेले. आई मी लहान असतानाच तापाने वारली. तेव्हापासून मी एकटीच इथे राहते आहे. मध्यंतरी घडलेल्या विचित्र घटनेनंतर मी या चंद्रगुप्ताला घेऊन इथे राहायला आले"

चाणक्याने अधीरतेने विचारले, "काय घडले होते मधे?"

"तेरा-चौदा वर्षांची होते मी, तेव्हा आमच्या या मोरवनात मी आपली रोज वनातल्या मोरांबरोबर खेळत असायची. अशीच खेळत असताना मगधचा राजा वनात शिकारीला आला होता. मला खेळताना पाहून माझ्या जवळ आला आणि त्याने मला विचारले- 'मोरांबरोबर खेळायला आवडते का तुला?'

'हो, खूप खूप आवडते.' मी सांगितले,

"त्यावर राजा म्हणाला, 'मग तू माझ्या राजमहालात ये, तेथे आमच्याकडे खूप मोर आहेत. त्यांचा तू सांभाळ कर. इथे एकटी राहण्यापेक्षा तिथे तू सुखरूप आणि मजेत राहशील. येशील ना?'

"मी 'हो' म्हणाले आणि राजाबरोबर राजमहालात गेले. तिथे असेच काही दिवस गेले. मग राजाने मला महालात घेतले. माझ्याकडे तो आकर्षित झाला होता."

"साहजिकच आहे ते!" चाणक्य म्हणाला, "तुझ्यासारख्या गोड, लांबसडक काळेभोर कुरळे केस असलेल्या मुलीकडे सतत तरुणींच्या घोळक्यात रमणाऱ्या राजाला तुझ्यासारखी वनराणी आवडली नसती, तरच नवल होते! बरं मग, पुढे काय झाले?"

"पुढे त्याने माझ्याशी लग्न केले." मुरा पुढे सांगायला लागली. "वर्षभरातच मला हा मुलगा झाला. गोरापान, अत्यंत आकर्षक चेहऱ्याचा आहे तो. तेव्हापासून हा राजमहालातच वाढत होता. चार-पाच वर्षांचा झाला, तेव्हा राजाच्या महालातील सर्वांनाच तो आवडत होता. सर्वांवर त्याची छाप पडत होती. राजबिंडाच होता ना तो! ते सगळे पाहून राजाला वाटायला लागले की, हा इथेच मोठा झाला की माझ्या गादीवर हक्क सांगेल आणि मला बाहेर फेकेल. या भीतीने ग्रासलेल्या राजाने मला

या मुलासकट राजमहालाबाहेर काढले आणि तेव्हापासून मी याला घेऊन इथे राहते आहे. राजानेच याचे नाव चंद्रगुप्त ठेवले होते. त्याच नावाने हा ओळखला जातो; पण आमच्या गणाचे कूळ मौर्य असल्याने हा चंद्रगुप्त मौर्य म्हणूनच ओळखला जातो आहे.''

''पण हा त्या गोपाळ वस्तीत कसा गेला?'' चाणक्यने विचारले.

''याला समजायला लागल्यापासून हा राजाला सतत नावे ठेवायचा. म्हणायचा— राजाने माझ्या आईवर जो अन्याय केला आहे, त्याचा मी सूड उगवणार... सोडणार नाही!'' मुरा म्हणाली.

ती पुढे म्हणाली, ''मला सतत भीती वाटायची, राजाचे गुप्तहेर सगळीकडे वावरत असतात. याचे बोलणे त्यांपैकी कोणी ऐकेल आणि राजाला कळविले, तर राजा याला पकडून नेऊन याचे हाल केल्याशिवाय राहणार नाही, असे मला नेहमी वाटायचे. म्हणून मीच जंगलातील गोपाळ वस्तीच्या या प्रमुखांना भेटून विनंती केली की, तुम्ही या माझा मुलाला आपल्या वस्तीत ठेवून घ्या, म्हणजे तो सुखरूप राहील. त्यांनाही ते पटले आणि या चंद्रगुप्ताची जबाबदारी त्यांनी स्वीकारली. तेव्हापासून तो त्यांच्या वस्तीतच रमला आहे. त्याच्याबद्दल पुढची माहिती तेच तुम्हाला सांगतील.'' गोपाळ वस्तीच्या त्या प्रमुखांनी चंद्रगुप्ताला जवळ घेतले आणि सांगायला सुरुवात केली. ते म्हणाले,

''हा मुलगा म्हणजे एक हिरा आहे. आमच्या वस्तीत आल्यापासून याने सगळ्यांनाच आपलेसे करून घेतले आहे. तो हुशार तर आहेच, पण शूरवीरही तितकाच आहे. आता काही दिवसांपूर्वी एक वाईट घटना आमच्या वस्तीजवळ घडली.''

चाणक्याने उत्सुकतेने विचारले, ''काय झालं?''

''अहो, आमच्या वाड्यात अनेक गाई-म्हशी आहेत. त्यांत एक लंगडी गाय होती. खूप दूध द्यायची, पण त्या दिवशी संध्याकाळी रानातून परतताना ही सगळ्यात मागे राहिली. एक वाघ नेमका त्या कळपाच्या मागून येत होता. त्याने तिला हेरले आणि घातली की झडप तिच्यावर! तिच्या नरड्याला चावा घेऊन तिला खाली पाडले. ती पाय झाडत होती आणि तो तिला तसाच ओढीत घेऊन जात होता. पडता-पडता तिने हंबरडा फोडला होता. तो ऐकून त्या कळपाबरोबरच्या पोरांचे लक्ष तिच्याकडे गेले. त्यांनी पाहिले तो, तो भला मोठा वाघ तिला फरपटत ओढून नेत होता. आमच्या पोरांनी काठ्या उगारून गलका केला. आधी तर तो वाघ तिला सोडण्याऐवजी यांच्यावरच गुरकावत होता. पण ही पोरं बधली नाहीत. त्यांचा

आरडाओरडा ऐकून आणखी लोकही धावले आणि त्यांनी दगडफेक करीत ओरडा केल्यावर तो वाघ गाईला तिथेच सोडून मागच्या झाडीत एका झेपेत जंगलात नाहीसा झाला.

"सगळी पोरं आरडाओरड करीत परत आली, तेव्हा चंद्रगुप्त वस्तीवरच होता. त्याला हे समजताच तो संतापला आणि दोन्ही हात उगारून ओरडला! 'त्या वाघाचे नरडे फोडल्याशिवाय मी राहणार नाही..."

चाणक्याने विचारले, "पण वाघाचे नरडे हा एवढासा पोरगा कसा काय फोडणार होता?"

गिरिधरलाल म्हणाला, "अहो, रानात शिकारीला येणारे अनेक शिकारी आमच्या वस्तीवर येतात. चंद्रगुप्त इथे आल्यापासून त्यांच्याबरोबर शिकारीला जात असे. तेही कौतुकाने त्याला बरोबर नेत असतात. त्याला तेव्हापासूनच रानटी जनावरांची भीती वाटेनाशी झाली आहे आणि भाला किंवा धनुष्यबाण मारून शिकार कशी करायची, हे तंत्रही त्याने आत्मसात केले आहे. म्हणूनच तो आत्मविश्वासाने ओरडला होता— मी त्या वाघाचे नरडे फोडीन!" चाणक्याने कौतुकाने विचारले,

"मग चंद्रगुप्ताने आपले म्हणणे खरे केले का?"

गिरिधरलाल म्हणाला, "आपले म्हणणे त्याने खरे केले तर! तो रात्रीच त्या लंगड्या गाईजवळ जायला निघाला. नेमके त्या रात्री त्याचे काही ओळखीचे शिकारी वस्तीवर आले होते. चंद्रगुप्त एकटाच रानात निघाला आहे, हे पाहून त्यांच्यातला एक वयस्कर शिकारी त्याला म्हणाला, 'बाळा, एकटा जाऊ नकोस, मीही तुझ्याबरोबर येतो.'

"आणि चंद्रगुप्तला घेऊन ते शिकारी काका त्याच्याबरोबर ती लंगडी गाय जिथे पडली होती तिथे आले. आता अंधारून आले होते. चंद्रगुप्ताला घेऊन त्यांनी त्या गाईपासून थोड्या अंतरावरील एका दाट झुडपामागची जागा निवडली आणि ते दोघेच तिथे बसले.

"मध्यरात्रीच्या सुमारास त्यांना गाईच्या आसपास हालचाल जाणवली आणि दोन डोळे चमकले. दोघेही सावध झाले. तो वाघच होता. काही क्षणांतच वाघ गाईजवळ येऊन त्याने तिच्या पोटाचा भाग फोडण्यास सुरुवात केली. आता थोडा चंद्रप्रकाश जाणवू लागला होता. त्या प्रकाशातच गाईच्या पोटाशी भिडलेल्या वाघाची आकृती त्यांना दिसायला लागली. चंद्रगुप्तने धनुष्य-बाण सज्ज करून नेम धरला, 'थांब हरामखोराऽऽ' असं म्हणत त्याने प्रत्यंचा कानापर्यंत ओढली आणि वाघाच्या मानेला नेम धरून बाण सोडला. सुसाट्यानं निघालेला बाण वाघाच्या मानेत सप्पकन

घुसला.

"काय झाले, हे कळण्याच्या आतच त्याच्या मानेला झटका बसला. त्याने चवताळून डरकाळी फोडली आणि इतक्यात मागे वळून तो झेप घेऊन पळण्याच्या तयारीत असतानाच चंद्रगुप्ताने फेकलेला भाला त्याच्या बरगडीत घुसला आणि तो धडपडला. थोडी हालचाल करून तो पडला, तडफडायला लागला. तो शिकारी चंद्रगुप्ताला घेऊन सावधपणे समोर आला, तो भाला सरसावूनच. वाघाला तडफडताना पाहून चंद्रगुप्त म्हणाला, 'हरामखोरा, अशीच माझी गाय तडफडली असेल! भोग आता आपल्या कर्माची फळे.'

"काही वेळातच तो वाघ शांत झाला. वाघाने आधी फोडलेल्या डरकाळीचा आवाज ऐकून बरेच गुराखी आणि मुले तिथे धावत आली होती. सगळ्यांनी चंद्रगुप्ताला शाबासकी दिली. त्याला उचलून घेतले. गुराख्यांनी त्या वाघाला बांबूला बांधून वस्तीवर आणले आणि त्याला फाडून त्याचे कातडे सोलून एका कुंपणावर वाळत टाकले. चंद्रगुप्ताने आपला शब्द खरा केला होता!"

ते ऐकून चाणक्य म्हणाला,

"शाबास आहे या पोराची!"

तेवढ्यात गिरिधारीलाल म्हणाला, "आचार्य असाच कौतुकाचा प्रकार दहा दिवसांपूर्वी त्याने पाटलीपुत्रात राजाच्या महालासमोर केला.

चाणक्य उत्सुकतेने म्हणाला,

"काय— काय केले याने?"

"अहो, त्या दिवशी असाच एक जादूगार एक मोठा पिंजरा ढकलत ढकलत येथून राजधानीकडे जात होता. त्या पिंजऱ्यात होता एक भला थोरला सिंह. त्या सिंहाला पाहताच वस्तीवरची पोरे लागली त्याच्या मागे. त्यांना कळेना— त्या जादूगाराच्या मनात काय आहे?

" तेवढ्यात तो जादूगार त्यांना म्हणाला, 'पोरांनो, मी राजधानी पाटलीपुत्राला चाललो आहे. तिथे गेल्यावर मी राजासमोर सांगीन काय ते.' असे म्हणून तो त्या पिंजऱ्याचा गाडा ढकलत-ढकलत राजधानी पाटलीपुत्राकडे निघाला आणि गुराख्यांची पोरे त्याच्या मागोमाग निघाली. त्यांच्यात चंद्रगुप्त होताच. ते राजधानीत पोहोचल्यावर राजमहालाजवळच्या बाजारातील चौकात गाडी उभी करून त्याने बोलायला सुरुवात केली.

"जादूगार म्हणाला, 'मगधच्या राजधानीतील लोकहो, ऐका. या पिंजऱ्यात जो भला थोरला सिंह आहे ना, याला मी अनेक गणराज्यांत घेऊन गेलो आणि तेथील

जमलेल्या लोकांना आवाहन केले की— लोकहो, या पिंजऱ्यातील हा सिंह आहे ना, याला पिंजरा न तोडता बाहेर काढून दाखवेल त्याला मी चांगले बक्षीस देईन. पण इतक्या गणराज्यांत एकही हुशार माणूस निघाला नाही, जो सिंहाच्या जवळ जाऊन त्याला युक्तीने बाहेर काढू शकेल. काही ठिकाणच्या लोकांनी सांगितले की, मगध राजाच्या राजधानीत जा; तेथे हुशार, विचारवंत आहेत, त्यांतील कोणी तरी हे काम करून दाखवील. म्हणून मी इथे आलो आहे. आता बोला— आहे का कोणी, जो या पिंजऱ्यातील सिंहाला बाहेर काढेल?'

"जमलेल्या सर्व गर्दीत चलबिचल सुरू झाली. तेवढ्यात राजाही तिथे आला. गुराख्यांची पोरे तर गर्दीच्या समोरच होती. त्यांच्याबरोबर मीही होतोच." गिरिधरलाल सांगत होता.

तो म्हणाला, "सगळे पाहत असतानाच आमच्या पोरांत असलेला चंद्रगुप्त समोर आला. तो म्हणाला, 'मी— मी त्या सिंहाला बाहेर काढून दाखवतो. बोला, चालेल का?'

"राजा तेथे आला होताच. त्याने गुराखाच्या वेशातील चंद्रगुप्ताला ओळखले नाही. पण त्या तडफदार पोराला पाहून तो म्हणाला, 'ए पोरा, तू सिंहाला काढायला तयार आहेस, हे पाहून बरे वाटले; पण लक्षात ठेव— तू जर सिंहाला बाहेर काढू शकला नाहीस, तर मात्र तुला त्या पिंजऱ्यात सिंहाबरोबर राहावे लागेल. बोल, कबूल आहे?'

"गुराख्यांच्या पोराच्या वेशातील चंद्रगुप्त लगेच म्हणाला, 'माझी तयारी आहे महाराज.'

"महाराज लगेच म्हणाले, 'चल तर मग, हो पुढे.'

"चंद्रगुप्त पुढे झाला. सगळा वेळ तो त्या पिंजऱ्यातील सिंहाला न्याहाळीत होताच. आता समोर येऊन त्याने पिंजऱ्याभोवती एकदा-दोनदा अगदी जवळून फेऱ्या मारल्या. सिंह आपली शेपटी हलवीत होता, मानही हलवीत होता; पण चंद्रगुप्ताने काय हेरले होते, त्यालाच माहीत. त्याने त्या जादूगाराला सांगितले, 'मला एक पेटती मशाल आणून द्या.' ती मशाल हातात घेऊन चंद्रगुप्त पिंजऱ्याजवळ आला आणि पिंजऱ्याच्या गजातून ती मशाल आत खुपसली अन् आतील सिंहाच्या पोटाला ती चिटकवली. सिंहाच्या कातडीनं पेट घेतला. मात्र तीच मशाल त्याने सिंहाच्या गळ्याखाली भिडविली, तिथेही कातड्याने पेट घेतला आणि पाहता-पाहता सिंहाची राख झाली आणि वाऱ्याबरोबर ती राख बाहेर आली. तीच हातात घेऊन चंद्रगुप्त त्या जादूगाराला म्हणाला, 'पिंजरा न उघडताच तुमचा सिंह या राखेच्या

रूपानं बाहेर आला आहे, बघा—'

"राजा दुरूनच हे सगळं पाहत होता. चंद्रगुप्ताचे ते कृत्य बघून समाधानाने मान हलवीत तो समोर आला. तेवढ्यात जादूगारानेही कौतुकाने बाळ चंद्रगुप्ताला जवळ घेऊन त्याचे कौतुक करून तो राजाला म्हणाला, 'महाराज, अनेक गणराज्यांतल्या लोकांनी मगध राज्यामध्येच कोणी तरी हे कृत्य करू शकतील, हे मला सांगितले होते, ते खरे झाले बघा. शाबास बेटा, शाबास...'

"तेवढ्यात राजानेही चंद्रगुप्ताला जवळ बोलावले. तोही म्हणाला, 'शाबास बाळ, शाबास! नाव काय रे तुझे?'

"आम्ही आधीच चंद्रगुप्ताला त्याचे नाव चंदर आहे हे लक्षात ठेव, असे सांगितले असल्याने न बावरता तो म्हणाला, 'चंदर. माझे नाव चंदर आहे.'

"गुराख्यांच्या मुलाच्याच वेषात असल्याने राजा त्याला ओळखू शकला नाही. शिवाय गेल्या पाच-सहा वर्षांत त्याच्यात फरकही पडला होताच. राजाने कौतुकाने त्याला जवळ घेतले आणि आपल्या गळ्यातील मोत्याची माळ त्याच्या गळ्यात घालीत राजा म्हणाला, 'बाळा, तू आज आपल्या मगधाची शान वाढविली आहेस, त्याबद्दल हे बक्षीस तुला...'

"चंद्रगुप्ताने राजाला प्रणाम केला आणि मग माझ्याजवळ येऊन मलाही नमस्कार केला. सगळ्या पोरांनी त्याला उचलून घेतला आणि सरळ वस्तीकडे निघाले."

चंद्रगुप्ताचे कौतुक चाणक्य लक्ष देऊन ऐकत होता. त्याने सकाळपासून जे ऐकले आणि पाहिले, त्यावरून त्याची खात्री पटली की— आपल्या स्वप्नातला मगधचा आणि देशाचाही भावी सम्राट आज आपल्याला गवसला आहे!

त्यानंतर त्याने चंद्रगुप्ताला विचारले-

"काय रे बाळा, तुला शिकायचे नाही का?"

"आहे तर!" चंद्रगुप्त म्हणाला, "पण आचार्य, मला शिकवायला कोणी तयारच नाही."

"का रे बाळा?" चाणक्याने विचारले.

"कारण मी क्षत्रिय आहे ना!" चंद्रगुप्ताने उत्तर दिले.

"मी, मी तुला शिकवीन. आहे तयारी तुझी?" चाणक्याने विचारले.

"हो— हो, आहे माझी तयारी" उत्साहाने चंद्रगुप्त म्हणाला.

"शाबास!" चाणक्य म्हणाला आणि त्याने मुद्दामच चंद्रगुप्ताला विचारले,

"काय रे बाळा, तू त्या सिंहाला पिंजऱ्यात जाळलेस खरे; पण तो केवळ

सिंहाच्या कातड्यात कापूस-भुसा भरून तयार केलेला होता, हे तू कसे ओळखलेस? खरं तर त्याची शेपटी आणि मानही तो हलवीत होता ना?''

चंद्रगुप्त लगेच म्हणाला,

"तो नकली सिंह आहे, हे मी त्याच्या डोळ्यांवरून ओळखले. तेवढ्याचसाठी मी त्याच्याभोवती फेरी मारून त्याच्या समोर येऊन त्याच्या डोळ्यांकडे पाहत होतो. त्याची मान हलत असली तरी डोळे अगदी स्थिर होते. मुळीच हालचाल होत नव्हती त्यांची— अगदी पापण्याही हलत नव्हत्या. त्याची शेपटी आणि मान हलविण्यासाठी जादूगाराने त्यात यंत्र बसविले असावे, असा मी अंदाज केला. तो खरा ठरला, कारण ती यंत्रे त्या राखेत पडली-''

"खूपच छान!" चाणक्य म्हणाला, "तुझी निरीक्षणशक्ती खूपच चांगली आहे.'' मग गिरिधरलालकडे वळून चाणक्य म्हणाला,

"या अत्यंत हुशार मुलाला मी स्वत: शिकविणार आहे आणि त्यासाठी त्याला मी तक्षशिलेला घेऊन जाणार आहे. काय रे बाळा, येणार ना तू माझ्याबरोबर तक्षशिलेला?'' चंद्रगुप्त लगेच म्हणाला,

"मला शिकायला मिळणार असेल, तर मी कोठेही यायला तयार आहे. पण त्या आधी मला आईला विचारायला हवे.''

चाणक्य म्हणाला,

"ठीकच आहे ते. गिरिधरजी, आपण याच्या आईकडे जाऊ.''

गिरिधरजी लगेच तयार झाले. त्या हुशार मुलाच्या शिक्षणाची व्यवस्था होत असली, तर त्यांना हवीच होती. ते म्हणाले, "चला, आपण याच्या आईला भेटू.''

ते सगळे मुराला भेटायला मोरबनात आले. मुरा एकटी तिथे राहत असे. चंद्रगुप्ताला गिरिधरजींबरोबर येताना पाहून तिला खूपच आनंद झाला. बरोबरच्या चाणक्यांना तिने ओळखले नाही. पण गिरिधरजींनी चाणक्याची ओळख करून दिली. तिने आचार्य चाणक्यांना प्रणाम केला. आचार्य चाणक्यांनी तिला शुभाशीर्वाद देऊन सांगितले, की, "तुझ्या मुलाला शिकवून मोठा करण्यासाठी मी त्याला तक्षशिलेला घेऊन जाणार आहे. त्यासाठी तुझी अनुमती हवी आहे.''

मुरा म्हणाली, "आचार्य, माझ्या मुलाचे कल्याण होणार असेल, तर मी नाही कशाला म्हणू? अवश्य घेऊन जा...''

तिची परवानगी मिळाल्यावर चाणक्य त्याच रात्री शकदालांना भेटायला गेले. त्यांना चाणक्यांनी सांगितले की, तक्षशिलेला गेल्यावर चंद्रगुप्ताचे शिक्षण होत असतानाच तरुणांचे सैन्य उभारावे लागणार आहे. त्यासाठी धनाची आवश्यकता

लागणार आहे.

शकदाल म्हणाले, ''धनाचे पाहू आपण; पण हा चंद्रगुप्त कोण?''

चाणक्य म्हणाले, ''हो, हो— राहीलच ते. चंद्रगुप्त हा राज्यात राहणाऱ्या मुरेचा धनानंदापासून झालेला मुलगा आहे.'' त्यांनी मग त्याच्या जन्माची आणि पुढील घडामोडींची कहाणी सांगितली आणि चंद्रगुप्ताच्या कर्तबगारीचे व हुशारीचे कौतुक करून सांगितले की, तो मगधाचा भावी राजाच नाही, तर अखंड भारताचा नियोजित सम्राट आहे.

शकदालांनी संतोषाने मान हलवली आणि ते पुढे म्हणाले, ''धनाची व्यवस्था मी करतो. चला माझ्याबरोबर.''

चाणक्याला घेऊन ते सरळ पाटलीपुत्रानजीकच्या वनात गेले आणि ज्या ठिकाणी धनानंदाने आपला गुप्त धनाचा साठा करून ठेवला होता तिथे घेऊन गेले. त्या धनाचे रक्षण करण्यासाठी जे बुटके रक्षक त्याने ठेवले होते, त्यांना कात्यायन आणि शकदालांनी लाच देऊन आपलेसे करून ठेवलेले होते. त्यामुळे त्यांना तेथील सोन्याच्या पानांचे लहान-लहान ढीग बांधून घ्यायला अडचण पडली नाही. मध्यरात्र आता उलटली होती. चाणक्य तिथून परतले ते अर्थात गावात जाऊन कात्यायनांना भेटले आणि त्यांना माहिती देऊनच ते गोपाळ वस्तीवर आले.

आता हळूहळू उजाडायला लागले होते. त्यांना थांबायला वेळ नव्हता. त्यांनी चंद्रगुप्ताला तयार व्हायला सांगितले आणि स्वत: तयार झाले. नंतर पुन्हा मोरबनात जाऊन मुराचा निरोप घेऊन ते दोघेही तक्षशिलेच्या रोखाने निघाले.

●●●

५

चंद्रगुप्ताला घडविण्यासाठी तक्षशिलेकडे

चाणक्य आणि चंद्रगुप्त यांनी तक्षशिलेच्या दिशेने प्रयाण केल्यानंतर तक्षशिलेपर्यंतचे अंतर केवळ सहा महिन्यांत कापले. आचार्य चाणक्य पुन्हा विद्यापीठात आल्यावर तेथील सर्वांनीच त्यांचे जोरदार स्वागत केले. त्यांच्यासारखा विद्वत्ताप्रचुर हुशार आचार्य पुन्हा विद्यापीठास मिळाल्याने सर्वच आनंदले होते. त्यांच्याबरोबरचा राजबिंडा नऊ-दहा वर्षांचा चंद्रगुप्त याचेही विद्यार्थ्यांनी स्वागत केले.

विद्यापीठात वर्ष दोन वर्षे स्थिरावल्यानंतर आचार्य चाणक्य चंद्रगुप्ताला घेऊन श्रेष्ठी शिवशंकर यांच्या घरी गेले. त्यांच्या सोबत गंगादासही होताच. नुकतेच उत्तरेच्या फिरतीवरून परतलेल्या शिवशंकरांना आचार्यांना पाहून खूपच आनंद झाला. आचार्यांनी चंद्रगुप्ताची त्यांना ओळख करून दिली. तेव्हा माईही आतून बाहेर आल्या होत्या. त्या राजबिंड्या चंद्रगुप्ताला पाहून दोघेही खूपच आनंदले. माईंनी लगेच आत जाऊन तिघांसाठीही दुधाचे पेले आणले. त्यानंतर गप्पा सुरू झाल्यावर शिवशंकरांनी उत्तर भारतावर नव्याने कोसळलेल्या संकटाची आचार्यांना माहिती करून दिली.

ग्रीसचा राजा सिकंदर याने इ.स.पूर्वी ३३० मध्ये इराणच्या राजाचा पराभव करून आता भारताकडे मोर्चा वळविला होता. ते सांगत असतानाच चंद्रगुप्ताने विचारले, "कोण आहे हा सिकंदर?"

त्याच्या प्रश्नाला उत्तर देताना शिवशंकरांनी ग्रीस देशाचा इतिहासच त्याला सांगितला. ते म्हणाले,

"ग्रीस हा प्रगतिशील आणि प्रसिद्ध देश आधी नगरराज्यांमध्ये विभागलेला होता. त्यात स्पार्टा, अथेन्स, मेसिडोनिया ही प्रसिद्ध नगरराज्ये होती. त्यांतील मेसिडोनियाचा राजा फिलिप्स याने इतरांना एकत्र येण्याचे आवाहन केले. जी राज्ये त्याच्या विलीनीकरणासाठी तयार झाली, त्यांना त्याने सामावून घेतले आणि इतरांवर

आक्रमण करून, त्यांना पराभूत करून त्याने एक खंड ग्रीसमध्ये समाविष्ट करून घेतले. काही काळानंतर या फिलिप्सचा खून झाला. अर्थात याबाबतीत असेही बोलले जाते की, त्याचा महत्त्वाकांक्षी पुत्र सिकंदर— जो ग्रीसचा सम्राट झाला— त्यानेच आपल्या बापाचा खून केला. काहीही असो, याच सिंकदराने आधी प्रचंड सैन्य घेऊन मिस्त्र देश जिंकून घेतला आणि मग इराणवर स्वारी करून तोही देश जिंकून घेतला; पण त्याची भूक शमली नाही आणि त्याने त्यानंतर भारताच्या उत्तर-पश्चिम सीमेवर आक्रमण करून तेथील टोळीवाल्यांचा पाडाव करून तो सगळा भाग जिंकून घेतला.

चंद्रगुप्ताने उत्सुकतेने त्यांना विचारले,

"श्रेष्ठीजी, आपल्याला ही सविस्तर माहिती कुठे आणि कशी मिळते?"

श्रेष्ठी म्हणाले, "बाळा, मी व्यापारी आहे. व्यापारानिमित्त उत्तरेत जातो, तिथे पश्चिमी देशांतले व्यापारी येत असतात. त्यांच्याकडून आम्ही माल घेतो आणि त्यांना आपला माल विकतो. त्या भेटीच्या वेळी त्यांच्याकडून आम्हाला ही सगळी माहिती मिळते. त्या भागात व्यापारासाठी बरेच दिवस असतो ना मी!"

चंद्रगुप्त म्हणाला, "मग श्रेष्ठी, त्या सिकंदरापासून आपल्या सगळ्या देशालाच भीती आहे-"

श्रेष्ठी लगेच म्हणाले,

"बरोबर आहे बाळ तुझे म्हणणे."

तेवढ्यात आचार्य चाणक्य म्हणाले,

"बाळा चंद्रगुप्ता, आपल्या देशाला जास्त भीती आहे; कारण आधी ग्रीस जसा निरनिराळ्या नगरराज्यांत विभागलेला होता— खंडित होता, तसाच आज आपला भारत लहान-लहान गणराज्यांत विभागला गेलेला आहे, खंडित आहे. त्यामुळे सिकंदराला एकेक गणराज्य जिंकीत सारा भारत जिंकणे सोपे जाणार आहे आणि तेच त्याचे उद्दिष्ट आहे."

चंद्रगुप्त म्हणाला, "आलं माझ्या लक्षात! मग त्यासाठी..." त्याचे वाक्य मधेच तोडत आचार्य चाणक्य म्हणाले, "बाळा, त्यासाठी या सर्व गणराज्यांची एकी करून सारा भारत अखंड झाला, तरच तो कोणत्याही आक्रमणाला तोंड देऊ शकेल... आणि तेवढ्याचसाठी मी आता त्या भागात जाणार आहे. तुला आता विद्यापीठात इतके दिवस झाल्याने तुझे बऱ्याच विद्यार्थ्यांशी संबंधही प्रस्थापित झालेले असतील. त्या सगळ्यांच्या सोबतीने तू आता जनजागृती सुरू करायला हवीस."

श्रेष्ठी चंद्रगुप्ताला म्हणाले,

"आता आचार्य म्हणतात त्याप्रमाणे अखंड भारत हेच आपले उद्दिष्ट आहे

आणि त्या दिशेने पावले टाकायला हवीत आणि आचार्य उत्तर-पश्चिमेच्या दौऱ्यावर असताना तुला काहीही मदत लागली, तर इथे येत जा.''

माईनींही त्याला तेच सांगितले. मग आचार्यांसह चंद्रगुप्त आणि गंगादास यांनी श्रेष्ठींचा व माईंचा निरोप घेतला. विद्यापीठात आचार्यांनी चंद्रगुप्ताला युद्धशास्त्र व राजनीती हे दोन विषयच घ्यायला सांगितले होते आणि त्या विषयांतच त्याचे अध्ययन चालले होते. चंद्रगुप्त तरबेज होत होता त्या विषयांमध्ये. त्याचे मित्रमंडळ आता तयार झाले होते.

आचार्य चाणक्य तक्षशिलेहून निघून उत्तर-पश्चिमेला रवाना झाले होते. तेथील गणराज्यांना भेटी देऊन ते इतरांशी सख्य आणि एकी करण्याचे महत्त्व पटवून देण्याचा प्रयत्न करीत होते. तेवढ्यात सिकंदराने टोळीवाल्यांचा अभ्यास केला. सिकंदर आता स्वात खोऱ्यात उतरला होता. त्या पहाडी मुलखातील टोळ्यांचा तो आढावा घेत होता. त्या खोऱ्यातील परि-सारच्या उंचच्या उंच डोंगरावरील किल्ल्याने त्याचे मन आकर्षून घेतले होते. त्या किल्ल्याचे वैशिष्ट्य असे होते की, त्या किल्ल्यात उभ्या-आडव्या पठारावर अत्यंत सुपीक जमीन होती. त्यामुळे त्या किल्ल्याला कोणी शत्रूने वेढा घालून आतील किल्लेदाराची रसद तोडली, तरी त्या पठारावरील पिकाने आतल्या सैन्याची उपासमार होऊ शकत नव्हती. तो किल्ला त्या टोळ्यांच्या ताब्यातच होता.

किल्ल्याबाहेरील टोळ्यांचा प्रमुख होता शशिगुप्त नावाचा उंचापुरा, बलदंड शरीराचा वीर. त्याचे बाकीचे साथीदारही तसेच होते. त्यांचे घोडदल तर प्रचंड प्रभावशाली होते. खरं म्हणजे तो भागच अत्यंत प्रभावी अशा घोड्यांसाठी प्रसिद्ध होता आणि तेथील लोकांचा व्यवसायही घोड्यांची पैदाईश, त्यांची जोपासना हाच होता. त्यामुळे त्या टोळ्या 'अश्वकान' म्हणूनच ओळखल्या जात होत्या. त्या शूरवीर लढाऊ वीरांना पाहून सिकंदर प्रभावित झाला होता. त्या वीरांशी लढण्यापेक्षा त्यांच्याशी दोस्ती करणेच फायद्याचे राहील, हे सिकंदरने ओळखले. त्याने तिथून आपल्या आईला लिहिलेल्या पत्रात उल्लेख करताना लिहिले होते की— तू तुझा एकच सिकंदर पाहिला आहेस, पण या भागात सगळेच माझ्यासारखे सिकंदर आहेत. त्यामुळेच त्यांच्यावर स्वारी करण्यापेक्षा मी त्यांच्याशी दोस्ती करीत आहे.

सिकंदराने शशिगुप्तला गाठून त्याच्याकडे दोस्तीचा हात पुढे केला. शशिगुप्ताने सिकंदराच्या विजयी सैन्याच्या घोडदौडीबद्दल ऐकले होतेच, तेव्हा त्या युनानी घोडदलाशी लढून आपल्या वीरांचे रक्त सांडण्यापेक्षा त्याच्याशी दोस्ती केलेलीच फायद्याची राहील, हे त्याने ओळखले आणि त्यांनी सिकंदराच्या दोस्तीच्या प्रस्तावाचे

स्वागत केले.

सिकंदराने त्याच्या मदतीनेच दुसऱ्या टोळीच्या ताब्यात असलेला तो 'परि-सार'चा बुलंद किल्ला जिंकून घेतला. त्यामुळे त्याला त्याची रसद मारली जाण्याची जी भीती होती, ती नाहीशी झाली. शशिगुप्ताच्या दोस्तीमुळे सिकंदराला हजारो वीरांचे घोडदलही मिळाले.

शशिगुप्तच्या टोळीवाल्यांवर प्रभुत्व गाजविणारी त्यांची राणी होती. तिचे नाव होते 'कलापिनी'.

शशिगुप्त, कलापिनी, अश्वकान ही नावे— जे आर्य या भागात आलेले होते, त्यांच्यापासूनच चालत आलेली पारंपरिक नावे होती. भारत सोडताना सिकंदराने वेगवेगळ्या ठिकाणी आपले क्षेत्रपाल नेमले होते. त्याचप्रमाणे या टोळीवाल्यांच्या क्षेत्रात म्हणजेच स्वात खोऱ्यात फिलिपिन्स नावाचा क्षेत्रपाल नेमला होता. त्याने किल्ल्याजवळच आपली छावणी उभारली होती.

आचार्य चाणक्यांचे या सर्व घडामोडींवर लक्ष होतेच. त्यांचे खबरे सर्व बातम्या त्यांच्यापर्यंत पोहोचवत होते. पण त्याच्याच शेजारच्या अष्टकांनी सिकंदराला प्रचंड विरोध करून सिकंदराचे चांगलेच नुकसान केले. अखेरीस सिकंदराने त्या शूर अष्टकांवर मात केली आणि त्यांनी आपले नुकसान केलेले आहे या रागाने अष्टकांच्या राज्यात प्रचंड प्रमाणावर कत्तल तर केलीच, पण ते गणराज्य उद्ध्वस्त करून टाकले.

आचार्य चाणक्य आता राहिलेल्या गणराज्यांना हेच उदाहरण देत फिरत होते. तेथील राजे मान डोलवीत असत; पण परस्परांतील वैरभाव, जास्त क्षेत्र जिंकून घेण्याचा हव्यास यामुळे त्यांच्यात एकी होऊ शकत नव्हती. अखेर प्रयत्न करून आचार्य चाणक्य तक्षशिलेला परत आले. विद्यापीठात परत आल्यावर सिकंदराच्या आपल्या उत्तर-पश्चिम सीमेवरील आक्रमणाबद्दल चर्चा चालू असताना नेमका त्या वेळी चाणक्यांच्या आवडत्या विद्यार्थ्यांपैकी एक असलेला मिहिर हाही उपस्थित होता. सिकंदराचे नाव ऐकून त्याने सिकंदराच्या आक्रमणाबद्दल सांगायला सुरुवात केली. त्याचा अनुभव अगदी ताजा होता. सिकंदराचा विजय होतो हे पाहून तो तिथून पळून आला, तो काबुलमार्गे सरळ तक्षशिलेला आला होता. तो म्हणाला,

"ग्रीसचा ताबा मिळविल्यानंतर सिकंदराने प्रचंड तयारीने जग जिंकण्यासाठी धाव घेतली होती, पण त्याच्या दुर्दैवाने मध्य आशियातील राष्ट्रांनी एक होऊन सिकंदराला नुसते रोखलेच नव्हते, तर त्याचा पराभव केला होता. सिकंदराने माघार घेतली होती. पण तो हाडाचा सेनानी आहे.''

मिहिरचे निवेदन चंद्रगुप्त काळजीपूर्वक ऐकत होता. मिहिर पुढे म्हणाला,

"सिकंदराने माघार घेऊन सुरक्षित स्थानी जाऊन छावणी टाकली आणि आपला पराभव त्या सैन्याने कोणत्या पद्धतीने आणि कसा केला, याचा अभ्यास केला. आपल्या सैन्यातील पळपुट्यांना त्याने जबर शिक्षा केली. त्याच्या अभ्यासातून त्याला समजले की, मध्य आशियातील त्या एकत्र सैन्याने तुलुघ्मा या नावाने ओळखले जाणारे अभिनव आणि आधुनिक युद्धतंत्र वापरून आपला पराभव केला होता.''

ते ऐकून चंद्रगुप्ताने लगेच विचारले,

"तुलुघ्मा युद्धतंत्राचे वैशिष्ट्य काय आहे?''

"सांगतो ना!'' मिहिर म्हणाला, "हे तुलुघ्मा युद्धतंत्र म्हणजे वेगवान युद्धतंत्राचाच एक भाग आहे. यात आक्रमक सैन्याच्या तोंडावर आपल्या सैन्याची एक तुकडी ठेवून शत्रूला गुंतवून ठेवायचे आणि मग दुसऱ्या तुकड्यांनी अत्यंत वेगाने शत्रूच्या बगलेला वळसा घालून त्याच्या पिछाडीवरून व बगलेवरून त्याच्यावर तुटून पडायचे. यामुळे शत्रूच्या सैन्यात गोंधळ निर्माण झाला की, त्याला पराभूत करणे सोपे जाते.''

चंद्रगुप्त लगेच म्हणाला, "वा रे वा! छानच तंत्र आहे की हे. शत्रूला समजतच नाही की, आपल्यावर खरा हल्ला कोणत्या बाजूने होत आहे!''

"तेच तर वैशिष्ट्य आहे या युद्धतंत्राचे!'' मिहिर म्हणाला. तोदेखील तक्षशिला विद्यापीठात युद्धशास्त्राचेच अध्ययन करीत होता. अर्थात आचार्य चाणक्य मगधाला परतण्याच्या आधीपासूनच तो विद्यापीठात होता आणि तेव्हापासूनच तो आचार्य चाणक्यांचा एक आवडता विद्यार्थी झाला होता. तो पुढे म्हणाला,

"मध्य आशियातील सैनिकांच्या हालचाली इतक्या वेगवान होत्या की, सिकंदराचे सैन्य जास्तच गोंधळून गेले आणि पराभूत झाले. सिकंदराने या युद्धतंत्राचा चांगला सराव आपल्या सैन्यांकडून करवून घेतला आणि मग अत्यंत सावधपणे त्याच युद्धतंत्राचा वापर करून मध्य आशियातील संयुक्त सेनेचा दणदणीत पराभव केला, मगच तो इराणकडे झेपावला.''

मिहिर पुढे सांगत होता,

"त्या वेळी मी इराणमध्येच होतो. आमच्या लोकांनी सिकंदरच्या अफाट सैन्यांचा प्रतिकार करण्याचा प्रयत्न केला, पण सिकंदर पूर्ण तयारीनिशी आलेला होता. शिवाय मध्य आशियातील विजयामुळे त्याचे आणि त्याच्या सैन्याचे मनोबल अत्यंत उंचावलेले होते. पहिल्याच दणक्यात त्याने आमच्या सैन्याच्या आघाडीची

दाणादाण उडवून दिली. आम्हाला बातम्या मिळत होत्याच. आमच्या सैन्याच्या पराभवाची सुरुवातीची बातमी ऐकून मी तिथून सरळ निघून आलो आणि या विद्यापीठात अर्धवट सोडून गेलेल्या माझ्या युद्धशास्त्राच्या अध्ययनाला सुरुवात केली.''

मिहिरचे इराणवरील सिकंदरच्या आक्रमणाचे वर्णन थांबले. तोच आचार्य चाणक्यांचा, उत्तर-पश्चिम भागातून आलेला एक गुप्तहेर आचार्यांना प्रणाम करून म्हणाला,

''आचार्य, आता मी बोलू का?''

आचार्य म्हणाले, ''बोल ना. तुझी बातमी ऐकायला आम्ही उत्सुक आहोत.''

तो गुप्तहेर सांगायला लागला-

''शशिगुप्ताच्या अष्टकांच्या आणि इतर गणराज्यांतून मिळालेले लाखो बैल व संपत्ती सिकंदराने मायदेशी रवाना केली आहे आणि त्यानंतर गांधारवरील आक्रमणाची तो तयारी करत असतानाच त्याने आपला दूत गांधारच्या राजाकडे धाडला होता. तो परत आला आणि त्याने सिकंदरला सांगितले की, गांधारनरेशाने आपल्यासाठी मैत्रीचा हात पुढे केला आहे. इतकेच नव्हे, तर त्याने आपणाला दोनशे टन चांदी, हजारो बैल वगैरे मोठा नजराणा धाडला आहे.

''सिकंदर आनंदला. त्याने मोठ्या आनंदाने त्या नजराण्याचा स्वीकार तर केलाच, उलट गांधारनरेशालाही परत भेट धाडली. त्या नंतर सिकंदराने सिंधू नदी ओलांडण्याची तयारी सुरू केली आणि गांधारनरेशाने त्यासाठीही सिकंदराला मदत धाडली.''

चाणक्याला भयंकर संताप आला होता. तो त्या रागातच म्हणाला,

''गांधारनरेश, गांधारनरेश म्हणजे कोण– तो वयोवृद्ध राजा की त्याचा स्वार्थी पुत्र अंभी?''

हेर म्हणाला, ''आचार्य, म्हातारा राजा तर आता त्या अंभीच्या खिजगणतीतही नाही. त्याच्या नजरेत आता सिकंदराच्या मदतीने कैकयचा राजा पोरस याच्यावर सूड उगविण्याचेच उद्दिष्ट आहे.''

आचार्य चाणक्य संतापून म्हणाले, ''धिक्कार असो त्या देशद्रोही अंभीराजाचा. आक्रमक शत्रूला घरात घेऊन घरच्यांचा नाश करण्याचा हा घातक प्रयत्न आहे.''

आता सतरा-अठरा वर्षांचा झालेला चंद्रगुप्त हे सगळे ऐकत होताच. त्याचाही संताप अनावर झाला होता. तो संतापाने म्हणाला, ''त्या देशद्रोही अंभीचा धिक्कार केला पाहिजे आणि तो आम्ही ज्ञानार्थी करणार.''

आचार्य चाणक्य त्या आपल्या लाडक्या शिष्याकडे कौतुकाने पाहत होते. रुंद भरलेले खांदे, सशक्त शरीर, आकर्षक व्यक्तिमत्त्व असलेल्या आपल्या मनातील भावी सम्राटाकडे कुतूहलाने पाहत त्यांनी विचारले,

"चंद्रगुप्ता - तू हे कसे करणार?"

चंद्रगुप्त म्हणाला, "आम्ही सगळे मित्र मिळून देशद्रोही अंभीच्या राजमहालासमोर एकत्र येऊन त्याला आवाहन करणार– आक्रमक शत्रूशी संधी नको, युद्ध हवे."

आणि खरोखरीच दुसऱ्या दिवशी सकाळी अंभी राजाच्या राजवाड्यासमोर विद्यापीठातील पाच-सहाशे तरुणांचा घोळका जमून जोरात घोषणा देत होता–

"आक्रमक शत्रूशी दोस्ती नको, युद्ध हवे - युद्ध हवे!"

त्या तरुणांचा तो आवेश आचार्य चाणक्य लांबून पाहत होते. तरुणांच्या त्या घोषणा चालू असतानाच तरुण अंभीने त्या तरुणांच्या म्होरक्याला म्हणजेच चंद्रगुप्ताला आत बोलावले. अर्थात आचार्य चंद्रगुप्ताला एकट्यानेच आत जाऊ देणार नव्हते, तर तेही त्याच्याबरोबर आत गेले.

राजदरबारात सिंहासनावर वयोवृद्ध राजा बसलेला होता. बाजूलाच अंभी मोठ्या थाटात बसलेला होता. आचार्य आणि चंद्रगुप्त आत जाताच त्या दोघांनीही वयोवृद्ध राजाला प्रणाम केला. तेव्हा तरुण अंभी त्या दोघांना उद्देशून म्हणाला,

"तुम्हाला माहीत आहे का की, त्या जगज्जेत्या सिकंदराने आपल्याकडे दोस्तीचा हात केलेला आहे आणि म्हणून आम्ही तो स्वीकारला आहे?"

आचार्य चाणक्य उपहासाने म्हणाले, "राजा, कसली दोस्ती? वाघाची आणि शेळीची कधी दोस्ती होत नाही, हे लक्षात ठेवा."

त्यांच्या पाठोपाठच अत्यंत चिडलेला चंद्रगुप्त म्हणाला,

"राजपुत्रा, तू आज परकीय आक्रमकाला आपल्या मातृभूमीवर पाय ठेवू देत आहेस. हा देशवासीयांचा अपमान आहे, देशद्रोह आहे– हे लक्षात ठेव. देशवासी तुला कधीही क्षमा करणार नाहीत, हे लक्षात ठेव..."

वयोवृद्ध राजा काही बोलत नव्हता, पण अंभी संतापला. चिडून ओरडला-
"बास झाला तुमचा उपदेश! तुम्ही येथून ताबडतोब निघाला नाहीत, तर तुला आणि तुझ्या या काळ्या कुरूप ब्राह्मणाला इथून धक्के मारून हाकलून देईन..."

चंद्रगुप्तही संतापला होता. तो म्हणाला,

"देशद्रोह्या - तू आम्हाला काय हाकलशील रे! पण लक्षात ठेव, तुझ्या या आत्मघातकी कारवाईचे दुष्परिणाम तुला लवकरच भोगावे लागतील."

त्याचे वाक्य पूर्ण होण्याआधीच वयोवृद्ध राजा म्हणाला, "हे तरुण मुला, तू

आमच्या दरबारात बोलतो आहेस, हे विसरू नकोस. काही बरे-वाईट होण्याआधी आचार्यांना घेऊन निघून जा.''

यानंतर अंबुजला (अंभी) उद्देशून राजा म्हणाला,

''अंबुजा, आचार्यांना आणि या तरुणाला बाहेर सोडून येण्याची व्यवस्था करा-''

आचार्य चाणक्य व चंद्रगुप्त राजाच्या दरबारातून बाहेर पडले आणि त्यानंतर काही दिवसांनीच आचार्यांना ती धक्कादायक बातमी मिळाली. तथाकथित जगज्जेता सिकंदर आपल्या प्रचंड फौजेसह गांधार देशाच्या सीमा ओलांडून तक्षशिलेत येऊन दाखल झाला आहे. राजपुत्र अंबुजने त्याचे प्रचंड स्वागत केले. त्यानंतर दुसऱ्या दिवशी – म्हणजे आचार्यांना बातमी मिळाली त्याच दिवशी – सिकंदराने मोठा दरबार भरविला. त्या दरबारासाठी त्याने तक्षशिलेतील विद्वानांना आणि इतर प्रतिष्ठितांना निमंत्रित केले. आचार्यांनी चंद्रगुप्ताला घेऊन त्या दरबारात जाण्याचा निर्णय घेतला.

त्या विशेष दरबारात सिकंदर उच्चासनावर बसला होता आणि अंभिक एका बाजूला बसला होता. चंद्रगुप्ताला घेऊन आचार्य चाणक्य आलेले होतेच. दरबाराचे कामकाज सुरू झाले. त्यात सिकंदराच्या ताफ्यातील एका भाटाने स्तुतिपर असे भाषण करताना म्हटले, ''जगज्जेता सिकंदर देवदूताप्रमाणे या भूमीवर अवतरला आहे तो या देशाचा विकास करण्यासाठीच. त्यामुळे या देशवासीयांनी त्याचे कौतुक करून आभार मानले पाहिजेत. पुढील काही दिवसांतच सारा भारत त्याच्या हुकमाखाली आल्याशिवाय राहाणार नाही...''

त्याचे बोलणे चालू असतानाच आचार्य चाणक्य उभे राहिले आणि म्हणाले,

''सिकंदर सारा भारत आपल्या हुकमाखाली आणण्याची स्वप्ने पाहत आहेत; पण त्यांनी हे विसरू नये की– हा देश शेळ्या-मेंढ्यांचा नाही, तर वाघ-सिंहांचा आहे आणि त्यांना अनुभव आलेलाच असेल की, गांधारसारखी काही मोजकी राज्ये सोडली, तर प्रत्येक ठिकाणी त्याला प्रखर विरोध झालेला आहे. तेथे अखेर चिडून जाऊन, जग जिंकण्याची आकांक्षा ठेवून आलेल्या या सिकंदराला प्रचंड प्रमाणावर कत्तली कराव्या लागल्या आहेत. यापुढेही कराव्या लागणार आहेत, हे विसरू नये.''

आचार्यांचे आवेशपूर्ण भाषण ऐकून सिकंदर म्हणाला,

''जग जिंकण्याचे माझे स्वप्न आहे आणि हा भारत देश जिंकून या देशाला प्रगतिपथावर नेऊ, देशाचा विकास करू, जनतेला सुशिक्षित करून सुस्थितीत आणू.

त्याचे भाषण मधेच तोडून आचार्य म्हणाले, ''आणि या देशातील सोने,

चांदी, हिरे, माणके, घोडे, गाई, बैल, बकरे सगळे येथून आपल्या देशाला धाडून देऊ, असेही म्हणा ना! पण लक्षात ठेवा– मी आधीच सांगितल्याप्रमाणे हा देश जिंकणे आपल्याला शक्य होणार नाही. हा आमचा देश वाघ-सिंहांचा आहे, हे विसरू नका.''

आचार्यांचे ते स्पष्ट बोलणे सिकंदराला रुचले नाही. तो लगेच म्हणाला-

''आचार्य, आपण फार बोलता. तुम्ही सारखे वाघ-सिंहांच्या गप्पा मारता; इथे आहे का एखादा सिंह– जो माझा सामना करू शकेल?''

आचार्य चाणक्यांनी चंद्रगुप्ताकडे पाहिले. चंद्रगुप्त जो आता एकोणीस वर्षांचा झाला होता, तो युद्धशास्त्र आणि शस्त्रास्त्रांच्या वापरातही प्रवीण झाला होता. भरपूर व्यायाम केल्याने शरीर सुदृढ आणि बळकट झाले होते. तो ताठ मानेने समोर आला आणि सिकंदराकडे पाहून म्हणाला,

''मी आहे आपल्याशी सामना करायला, द्वंद्व-युद्ध करायला तयार. पण माझी एक अट आहे-''

''कोणती?'' सिकंदराने विचारले.

''आपल्या द्वंद्वयुद्धाची अखेर कोणा एकाच्या मृत्यूनेच झाली पाहिजे.'' चंद्रगुप्त म्हणाला.

चंद्रगुप्ताच्या डोळ्यांतील चमक व त्याचे तडफदार उत्तर ऐकून सिकंदर आपल्या आसनावरून उठला आणि सरळ चंद्रगुप्ताकडे चालत येऊ लागला. त्याला चंद्रगुप्ताकडे येताना पाहून अंभिक दचकला. तोही उठून त्याच्या मागे निघाला, तर सिकंदराचे काही सेनानी त्याच्यापाठोपाठ शस्त्रांना हात घालीत निघाले. सिकंदर खरोखरीच एखाद्या देवदूताच्या रुबाबात पावले टाकीत चंद्रगुप्ताजवळ आला. सारा दरबार स्तब्ध झाला होता.

चंद्रगुप्ताजवळ येऊन सिकंदराने त्याच्या खांद्यावर थोपटले आणि म्हणाला,

''शाबास - कौतुक वाटले मला तुझा आत्मविश्वास पाहून. पण आपले युद्ध या दरबारात होणे शक्य नाही. पण तुला आश्वासन देतो की आपण रणांगणावर भेटू.''

आणि मग त्याने चंद्रगुप्ताला विचारले,

''तुझे गुरू कोण आहेत?''

चंद्रगुप्ताने आचार्य चाणक्यांकडे बोट दाखविले.

चाणक्यांकडे पाहून सिकंदर म्हणाला,

''आचार्य, तुम्ही तुमच्या शिष्याला खरोखरीच चांगले तयार केले आहे.

तुम्हाला पाहून मला माझे गुरू अरस्तु यांची आठवण होते आहे-''

त्यावर चाणक्य म्हणाले, ''मलाही तुमच्या गुरूचे कौतुक वाटते आणि तुमचेही, कारण खरा शूरवीरच समोरच्या शूरवीराची कदर करणे जाणतो-''

त्यानंतर सिकंदर त्यांना म्हणाला,

''आचार्य, आता मात्र तुम्ही तुमच्या शिष्याला घेऊन येथून गेलेले बरे... कारण आता मी नाही तरी माझा एखादा सेनापती रागाने काही वेडीवाकडे पावले उचलतील.''

आचार्य चाणक्य चंद्रगुप्तासह दरबारातून बाहेर आले आणि सरळ विद्यापीठाच्या आवारात आले. तिथे दुसऱ्या दिवशी त्यांना बातमी मिळाली की आपल्या पुत्राने परकीय आक्रमक सिकंदराचे केलेले भव्य स्वागत आणि त्यानंतर त्याची दरबारातील उपस्थिती हे सगळे पाहून आधीच आजारी असलेला वयोवृद्ध राजा अतिदु:खाने मृत्युमुखी पडला. आता गांधारचा सर्वेसर्वा अंभिक झाला होता.

●●●

६

सिकंदराचे आक्रमण - 'झेलम'चा रणसंग्राम

सिकंदर आणि अंभिकच्या दरबारातून आचार्य चाणक्य आणि चंद्रगुप्त विद्यापीठात परतल्यानंतर काही दिवसांतच त्यांना बातमी मिळाली की अपेक्षेप्रमाणे सिकंदराने केकयचा राजा पोरस याच्यावर आक्रमण करण्याची तयारी सुरू केली आहे; आणि झेलम नदीच्या पश्चिम किनाऱ्यावर त्याचा तळ पडलेला आहे.

चंद्रगुप्ताला सिकंदराच्या युद्धतंत्राचा अभ्यास करायचा होता. तशी संधी चालून आली होती. त्याने आचार्यांशी चर्चा सुरू केली तो म्हणाला,

"मी सिकंदराच्या सैन्यात दाखल झालो, तर मला त्याचे युद्धतंत्र जवळून बघता येईल का?"

आचार्य म्हणाले,

"मुळीच नाही. सिकंदराने तुझी शूरवीर म्हणून पारख केलेली आहे, तरी तू त्याच्या आक्रमणाच्या विरोधात आहेस, हे त्याने ओळखले आहे. त्यामुळे त्याच्या सैन्यात जाऊन त्याच्या युद्धतंत्राची पाहणी करण्याची संधी मिळणार नाही, उलट तुला धोका होण्याचाच संभव जास्त आहे."

चंद्रगुप्त म्हणाला,

"मी— मी..."

आचार्य त्याला मधेच थांबावीत म्हणाले,

"ज्या राजा पोरसने सिकंदराची शरण येण्याची विनंती खंबीरपणे ठोकरून लावली आहे आणि जो त्याच्या विरोधात ठामपणे उभा राहिला आहे, तू आपल्या सगळ्या वीर मित्रांसह त्याच्या सैन्यात दाखल हो. तो तुझे स्वागत तर करीलच, शिवाय आपल्याला एक शक्तिशाली मित्र मिळेल." आचार्य चाणक्य यांनी केलेली सूचना चंद्रगुप्ताला पटली आणि एकीकडे सिकंदर झेलम नदीच्या पश्चिम किनाऱ्यावर सैन्याची जमवाजमव करीत असतानाच चंद्रगुप्ताने आपले पाचशे तरुण साथीदार

जमविले आणि लांबून झेलम ओलांडून तो पूर्व किनाऱ्यावर येऊन सरळ केकय राज्याचा राजा पोरस याला भेटला.

त्या प्रसंगी चंद्रगुप्तासारख्या धडाडीच्या उत्साही तरुणाला आणि त्याच्या साथीदारांना पाहून राजा पोरसला खूपच आनंद झाला. त्याने त्या तरुणमंडळींचे स्वागत केले आणि त्यांना आपल्या सेनासमूहात सामील करून घेतले.

तिकडे झेलमच्या पश्चिम किनाऱ्यावर सिकंदराच्या सैन्याची तयारी पूर्ण झाली होती. भर पावसाळ्याचे दिवस होते. झेलम दुथडी भरून वाहत होती.

सिकंदरच्या छावणीत जोरदार ढोल-ताशे वाजत होते. पोरसवर चालून जाण्याची तयारी पूर्ण झाल्याचा भास निर्माण होत होता; नव्हे, ते मुद्दामच तसे वातावरण निर्माण केले गेले होते. पोरसचे सैन्यही झेलमच्या पूर्व किनाऱ्यावर सज्ज होऊन पश्चिम किनाऱ्यावर असलेल्या सिकंदराच्या सैन्याच्या हालचालींवर लक्ष ठेवून होते. त्यांच्यातच चंद्रगुप्त आणि त्याचे पाचशे तरुण मित्र सुसज्ज होऊन सामील झालेले होते. दिवसभर पाऊस कोसळत होता, तरीही सिकंदराने मोठमोठ्या नावांमधून आपल्या सैनिकांना नदी ओलांडण्याचे आदेश दिले. अर्थात पोरसच्या सेनानींचे त्यांच्यावर लक्ष होतेच. त्यांनी सिकंदराच्या नावांवर अग्निबाणांचा वर्षाव केला आणि नदीच्या पात्रातच शत्रूच्या नावा जाळून टाकल्या. सिकंदराच्या लक्षात आले की, या भागातून नदी ओलांडणे अशक्य आहे.

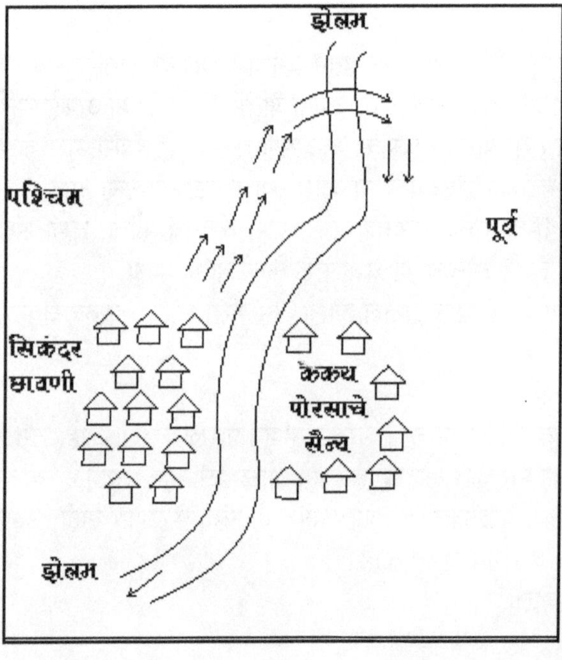

सिकंदराने नदीवरील उताराच्या दृष्टीने पाहणी सुरू केली. बराच वेळ उत्तरेकडे गेल्यावर एका सेनापतीने उतार शोधून काढला. मग त्याच रात्री अंधाराच्या पांघरुणाखाली भर पावसात आपल्या सैन्याचा मोठा हिस्सा घेऊन तो उत्तरेला गेला. त्या वेळी मूळ छावणीत हल्याच्या तयारीत असलेले वातावरण त्याने तसेच ठेवले होते. त्यामुळे पोरसचे सैन्य नदीच्या पश्चिम तीरावर लक्ष ठेवूनच उभे होते. अखेर मध्यरात्र उलटल्यावर सिकंदर सेनेसह झेलम ओलांडून पूर्व तीरावर आला आणि पुन्हा दक्षिणेकडे वळून पोरसच्या उजव्या बगलेवर आला.

अगदी पहाटे-पहाटे तो बेसावध असलेल्या पोरसच्या उजव्या बगलेवर तुटून पडला. त्यांची तोंडे पश्चिमेला असल्याने उजव्या बगलेवर झालेल्या या हल्ल्याने ती फळी गडबडली. पोरसने लगेच आपल्या मुलांना सिकंदराचा हल्ला थोपवायला धाडले. त्यांनी सावरून प्रतिकार करण्याचा प्रयत्न केला. त्यात पोरसची दोन्ही तरुण मुले मारली गेली. तरीही पोरसने उजवीकडे वळून आपल्या दोनशे हत्तींसह आक्रमक सिकंदराच्या हल्ल्याला रोखण्याचा प्रयत्न केला. हत्तींमुळे गडबडलेल्या सिकंदराच्या सैनिकांनी पोरसच्या हत्तींच्या गंडस्थळांवर बाणांचा वर्षाव केला. त्यामुळे हत्तीच भेदरले. ते परत फिरले आणि बेफाम झालेल्या त्या हत्तींनी पोरसच्याच सैनिकांना चिरडून टाकण्यास सुरवात केली. आता पोरसाच्या सैनिकांचा गोंधळ निर्माण झाला.

त्या वेळी एका बगलेवर असलेल्या चंद्रगुप्त आणि त्याच्या तरुण साथीदारांनी हल्लेखोरांचा जोरदार प्रतिकार केला. पोरस पराक्रमाची शिकस्त करीत होता, त्याला बऱ्याच जखमाही झाल्या होत्या. त्याचा पराभव निश्चित झाला होता. ते पाहून सिकंदरानेच दोस्तीचा हात समोर केला. पोरसनेही तो स्वीकारला- तह झाला.

अखेर जखमी पोरस हत्तीवरून उतरून सिकंदराला भेटायला समोर गेला. त्याच वेळी संधी साधून चंद्रगुप्त आणि त्याचे साथीदार त्या बगलेवरून निसटले. चंद्रगुप्ताला आचार्य चाणक्यांच्या सांगण्याप्रमाणे सिकंदराच्या युद्धतंत्राचा चांगलाच परिचय झाला होता.

समोर आलेल्या जखमी पोरसला सिकंदराने विचारले,

''तुम्हाला मी कशी वागणूक द्यावी, असे वाटते.''

त्यावर ताठ मानेने पोरस म्हणाला,

''एका राजाने दुसऱ्या राजाला द्यावी, तशीच वागणूक तुम्ही मला द्यावी.''

जखमी पोरसच्या त्या उत्तराने सिकंदर भारावून गेला. त्याने पोरसला मिठी मारली आणि त्याला सांगितले की, आपण आता मित्र झालो आहोत. तुझे राज्य मी तुला बहाल केले आहे. त्याचे ते शब्द ऐकून त्याच्याबरोबर आलेल्या गांधारनरेश

अंभिकाला मात्र खूप वाईट वाटले. मी लढाई न करता सिकंदराला आपले राज्य बहाल केले; पण इथे प्रचंड प्रतिकार केल्यावरही सिकंदर त्याला आपल्या बरोबरीने वागवीत आहे? ते त्याला सहन झाले नाही. पण करतो काय? अर्थात सिकंदराने त्याच्या मनातील भाव ओळखले. त्याने या परिस्थितीवर सुरेख तोडगा काढला. त्याने पोरसला सुचविले की, आता आपण तिघेही मित्र झालो आहोत. हे नाते पक्के करण्यासाठी तू आपली कन्या अंभीराजाला द्यावीस.

स्वार्थी आणि लोभी अंभीराजा तर सिकंदराच्या सूचनेने खूपच खूष झाला. पोरसने आपली सुस्वरूप कन्या अंभीराजाला दिली. गांधारचा राजा आणि केकयचा राजा आता व्याही-व्याही झाले होते.

चाणक्य, चंद्रगुप्त आणि त्याचे तरुण साथीदार तिथून निघून गेले– ते अर्थातच पोरसची सहानुभूती जिंकूनच. याशिवाय चंद्रगुप्ताच्या दृष्टिकोनातून फायदा झाला तो प्रत्यक्ष रणक्षेत्रात युद्धाचा अनुभव घेता येऊन आक्रमक सिकंदराच्या युद्धतंत्राचा अभ्यास त्याला करता आला. केकयच्या क्षेत्रातून निघून आचार्य चाणक्यांनी आता पुन्हा जनजागृती करायला सुरुवात केली, ती लहान-लहान राज्यांनी एकत्र येण्यासाठी म्हणून. त्यांना आता साथ मिळू लागली ती रानावनात तपस्या करणाऱ्या साधूंचीही. ते आक्रमक सिकंदराच्या विरोधात प्रचार करू लागले होते.

आचार्य चाणक्य आणि चंद्रगुप्ताच्या त्या प्रयत्नांबरोबरच चंद्रगुप्त आपली तरुणांची सेना उभारण्याच्या मागे लागला होता. मगधातून येताना मिळालेली धनसंपत्ती त्यांना आता साथ देत होती. त्यातच पोरसची कन्या कल्याणी– जिचा विवाह गांधारचा राजा अंभीशी झाला होता– तिची सहानुभूती आचार्य चाणक्य आणि चंद्रगुप्त यांच्याकडे होती, कारण त्यांनी तिच्या पित्याला म्हणजेच राजा पोरसला साथ दिली होती. त्या कल्याणीने एकदा आचार्य चाणक्यांची गुप्तपणे भेट घेऊन आपले सारे स्त्रीधन त्यांच्या स्वाधीन केले, ते त्यांच्या आक्रमकांच्या विरोधात चाललेल्या प्रयत्नांना मदत म्हणून. आचार्यांचे आणि चंद्रगुप्ताचे हात आता बळकट होत होते.

पोरसच्या केकय राज्यातून सिकंदर निघाला तो भारताचा उर्वरित भाग जिंकण्याच्या इराद्याने. त्याचे खरे लक्ष्य होते ते सगळ्यात सामर्थ्यशाली असे मगधचे राज्य आणि त्यासाठीच तो चिनाब (चंद्रभागा किंवा असिक्नी) नदीच्या काठावर आला होता. पण आचार्य चाणक्यांनी त्याला आधी सांगितल्याप्रमाणे भारत हा वाघ-सिंहांचा देश आहे, याची प्रचिती त्याला चिनाबच्या काठावरच आली.

चिनाबच्या काठावर ग्लोचुकायन जमातीच्या वीरांची वस्ती होती. त्यांची जवळजवळ सदतीस गावे होती. त्यांनी सिकंदराच्या सैन्याचा जोरदार प्रतिकार केला.

त्याचे अनेक सैनिक कापून काढले. अर्थात सिकंदराच्या प्रचंड सैन्यापुढे त्यांना टिकाव धरता आला नाही. सिकंदराने त्यांची अखेर क्रूरपणे कत्तल केली. त्यांची गावे उद्ध्वस्त केली आणि मगच तो चिनाब नदीच्या काठावर आला. आषाढाचा पाऊस प्रचंड प्रमाणावर कोसळत होता. त्यातून नदीतील मोठमोठाले खडक आणि दुथडी भरून वेगाने वाहणारा पाण्याचा प्रवाह यामुळे चिनाब ओलांडण्याचा प्रयत्न करणाऱ्या सिकंदराला आणि त्याच्या सैन्याला प्रचंड संकटाला तर तोंड द्यावेच लागले; शिवाय त्याच्या सैनिकांची व घोड्यांचीही मोठ्या प्रमाणावर प्राणहानी झाली. आचार्य चाणक्यांनी सिकंदराला बजावल्याप्रमाणे भारतातील वाघ-सिंह तर त्याला रोखत होतेच, शिवाय भारतातील निसर्गही त्याला आव्हान देत होता. सिकंदर झगडत होता. त्याने चिनाब नदी कशीबशी ओलांडली. आता तो चिनाब आणि रावीच्यामधील खोऱ्यात होता. त्या खोऱ्यात राज्य करणारा राजा पोरस हा सिकंदराची कीर्ती ऐकून होता. सिकंदराने चिनाब नदी ओलांडताच तो पळून गेला. सिकंदराला आयतेच एक राज्य मिळाले, कारण ह्या खोऱ्यातील पोरस वाघ-सिंह तर नव्हताच, पण बकरी निघाला!

आता सिकंदर रावी (इरावती किंवा परुष्णी) नदीच्या उत्तर तीरावर पोहोचला. पाऊस कोसळत होताच. सिकंदराने आणि त्याच्या सैन्याने अत्यंत जिद्दीने रावी नदी ओलांडली. आचार्य चाणक्य आणि चंद्रगुप्त त्याच्या हालचालींवर नजर ठेवून होते. रावी ओलांडल्यावर मात्र सिकंदराला पुन्हा भारतीय सिंह आडवा आला– तो होता कठ या लढाऊ जमातीचा राजा. त्याने आपल्या शूर जमातीसह सिकंदराच्या सैन्यावर जोरदार हल्ला केला. खूप कापाकापी केली. अखेर संतापलेल्या सिकंदराने आपली सगळी शक्ती पणाला लावून कठाच्या लढाऊ वीरांची कत्तल करणे सुरू केले. इथेही बायका-मुलांनाही त्यांनी सोडले नाही. अखेर कठाचा पराभव झाला. सिकंदरला आता बियास (व्यास) नदीपर्यंतचा प्रदेश मोकळा होता. तो बियास नदीच्या तीरावर आला.

या बियास नदीच्या पलीकडे होते ते मगधाचे शक्तिशाली साम्राज्य होते. सिकंदराच्या सेनानींनी आणि सैन्याने मगधच्या प्रचंड सैन्याच्या पराक्रमाविषयी ऐकले होतेच. मगध राज्याचा तो पसारा बियास नदीच्या दक्षिण-पूर्व भागापासून बंगालच्या उपसागरापर्यंत पसरलेला होता. ते महान राज्य जिंकले, तर आपण खऱ्या अर्थाने जगज्जेता होणार, या महत्त्वाकांक्षेने झपाटलेल्या सिकंदराला बियास ओलांडून मगध जिंकून घेण्याचा मोह आवरत नव्हता. पण आता तर त्याचे सेनापतीही बिथरले होते. सैनिकांमध्ये बंडाची भाषा सुरू झाली होती. अखेर साम-दाम-भेद-दंड या सर्व प्रकारांचा वापर करूनही आपल्या सैन्याला मगधवरील आक्रमणाला तयार करता येत

नाही, हे पाहून अखेर सिकंदर नरमला आणि त्याने माघार घेण्यास सुरुवात केली. आपल्या सैन्यासह तो रावी, चिनाब ओलांडून झेलमच्या किनाऱ्यावर आला. तिथून झेलमच्या किनाऱ्याने दक्षिण-पश्चिमेला सरकत तो झेलम आणि सिंधू नदीच्या संगमाकडे आला.

आचार्य चाणक्य आणि चंद्रगुप्त आतापर्यंत तक्षशिलेत बसून आपल्या सैन्याची जमवाजमव करीत असतानाच सिकंदराच्या हालचालींवर लक्ष ठेवून होते. सिकंदराच्या सैन्याने विरोध केल्याने मगधावरील हल्ल्याचा विचार सोडून तो झेलमच्या किनाऱ्यावर आल्याचे आचार्य चाणक्यांना त्यांच्या गुप्तहेरांकडून कळले. झेलम आणि सिंधूच्या संगमाशी आल्यावर सिकंदराने आपल्या जवळील सात-आठशे हत्ती, हजारो रथ व हजारो घोडे भूमार्गाने मायदेशी रवाना केले आणि पायदलाचे वीर स्वत:बरोबर घेऊन सिंधू आणि झेलमच्या मार्गाने सागरातून मायदेशी जाण्याचा निर्णय घेतला. त्याच्या दुर्दैवाने प्रचंड वादळ आणि नद्यांमधील अडथळ्यांनी त्याला पुढे सरकता आले नाही. तो ससैन्य पुन्हा किनाऱ्यावर उतरला. त्याच्या हालचालींवर लक्ष ठेवून असलेल्या आचार्य चाणक्य आणि चंद्रगुप्ताला ही वार्ता मिळताच ते दोघेही वितस्ता, चिनाबनंतर रावी ओलांडून रावीच्या दक्षिण-पूर्वेला असलेल्या मालव-शूद्रक-अग्रश्रेणी शिबी गणराज्यात आले.

आचार्य चाणक्य व चंद्रगुप्ताने तेथील लढाऊ वृत्तीच्या वीरांना एकी न केल्यामुळे उत्तरेकडील आणि रावीच्या काठावरील कठ या वीरांच्या गणराज्यांचे सिकंदराने कसे हाल केले, हे समजावून सांगितले आणि त्या चारही गणराज्यांतील वीरांना एकत्र केले. त्यांच्या प्रयत्नांना यश येऊन एकूण चाळीस हजारांचे वर योद्धे एकत्र येऊन सिकंदरावर हल्ला करण्यास सज्ज झाले. त्यांनी सिकंदराच्या विस्कळीत सैन्यावर अचानक झडप घातली.

अग्रश्रेणीच्या वीरांनी तर जनावरांचे कातडे पांघरून सिकंदराच्या सैन्यावर हल्ला चढविला आणि त्यांना घाबरवून टाकले. अर्थात सिकंदराच्या सैन्याची संख्या आता प्रचंड प्रमाणावर वाढली होती. तरीही चंद्रगुप्ताच्या वीरांनी शत्रूची मोठ्या प्रमाणावर लांडगेतोड केली. अर्थात आचार्यांनी आपल्या वीरांना आधीच सांगितले होते की, आपण सिकंदराच्या सैन्याचे जितके नुकसान करता येईल तेवढे करायचे.

आचार्यांच्या सांगण्याप्रमाणेच ते वीर लढले. त्यांचा पराभव झाला. सिकंदराने जवळच्या मालवांच्या राज्यावर हल्ला केला; पण त्या वीरांनी सिकंदराशी जोरदार झुंज दिली. मालवचा किल्ला घेताना सिकंदराच्या नाकीनऊ आले. सिकंदराने अखेर किल्ल्याच्या तटाला शिड्या लावल्या. तो स्वत: सैनिकांबरोबर तट चढून गेला. या

मालवच्या लढाईतच त्याचा चंद्रगुप्ताशी सामना झाला. चंद्रगुप्ताचा एक बाण सिकंदराच्या छातीत घुसला, सिकंदर जखमी होऊन खाली पडला, बेशुद्ध झाला आणि त्याच्या सैन्याला वाटले की, सिकंदर ठार झाला आहे.

पण काही वेळातच तो शुद्धीवर आला, तेव्हा त्याच्या सैनिकांनी त्याला पालखीत घालून सगळीकडे फिरविले; तेव्हा कोठे त्याच्या सैनिकांत पुन्हा उत्साह संचारला. अखेर मालवांचाही पराभव झाला. त्यानंतर सिकंदराच्या आज्ञेने त्याच्या सैनिकांनी मालववीरांचे शिरकाण तर केलेच; पण राज्यातील बायका-मुलांनाही ठार केले. तिथून परतून सिंधूच्या काठावर येऊन तो सिंध प्रांतातून खाली जात असताना राजा मुचकर्णने त्याला रोखण्याचा प्रयत्न केला. सिकंदराने त्याला पराभूत करून ते राज्य आपल्या ताब्यात घेतले. पुढे ब्राह्मणांची लहान-लहान राज्ये होती. त्यांनीही त्याचा प्रतिकार केला. या परतीच्या प्रवासात असतानाही ही लहान लहान राज्ये आपल्याला आडवी येत आहेत, हे पाहून त्याने त्या ब्राह्मणांची कत्तल केली आणि त्यानंतरच तो परत जाऊ शकला. आधीच जखमी झालेला सिकंदर आता थकला होता. कसाबसा तो बॅबिलॉनपर्यंत पोहोचला आणि इ.स.पूर्वी ३२३ मध्ये तिथेच त्याचा मृत्यू झाला.

या सगळ्या घटनांची माहिती आचार्य चाणक्यांचे गुप्तहेर त्यांना देत होतेच. अर्थात या छोट्या-छोट्या राज्यांच्या दारुण पराभवामुळे चंद्रगुप्त मात्र निराश झाला होता, नाराज झाला होता. आपल्या भावना त्याने आचार्यांपाशी बोलून दाखविल्या. आचार्यांनी मात्र त्याला शांत केले. ते म्हणाले,

"चंद्रगुप्ता, सिकंदर इराण जिंकून भारतात शिरण्याच्या बेतात असताना मी स्वत: उत्तर-पश्चिम भारताच्या सीमेवरील शशिगुप्ताला भेटलो होतो. स्वात खोऱ्यातील अश्मकांनाही भेटलो होतो. इतकेच काय– मगस, आरे, अरनोस, अभिसार या लहान-लहान पण लढाऊवृत्तीच्या वीरांच्या राज्यांतही जाऊन आलो. त्यांना एकीचे महत्त्व समजावून सांगितले होते; पण ते सगळे आपल्या गुर्मीत आणि एकमेकांशी हेवेदावे करण्यात आपसात लढण्यात दंग होते. माझे त्यांनी ऐकले नाही, अखेर सिकंदराच्या वादळी आक्रमणाला त्यांनी एकेकट्याने प्रतिकार केला. शशिगुप्ताने केला. अश्मकांनीही जोरदार लढा दिला. मगस, आरे, अरनोस, अभिसार या राज्यांनीही कठोर प्रतिकार केला. अखेर या सर्वांना पार उद्ध्वस्त करीत सैन्याच्या आणि जनतेच्याही कत्तली करीत सिकंदर झेलमपर्यंत आला होता.

"चंद्रगुप्ता, तुला निराश होण्याचे कारण नाही. या सगळ्यांना परमेश्वराने त्या युनानी देवदूताच्या रूपाने धडा शिकवला आहे. आता आपण त्या भागात जाऊ,

तेथील उद्ध्वस्त झालेल्यांचे पुनर्वसन करू, त्यांना धीर देऊ. जे शूर सैनिक उरले असतील, त्यांना एकत्र करू. त्यामुळे सैनिकांबरोबरच जनतेचीही सहानुभूती आपल्याला मिळेल, आपला एकीचा संदेश आता त्यांना पटेल आणि ते एकत्र येतील.''

चंद्रगुप्ताला धीर आला. आचार्यांचे म्हणणे त्याला पटले आणि ते दोघेही पुन्हा उत्तरेला निघाले. सिकंदराने परतताना आपण जिंकलेल्या सीमान्त, पंजाब, सिंध, गांधार या भागांवर आपले क्षेत्रपाल नेमले होते. या क्षेत्रपालांनी आधीच उद्ध्वस्त झालेल्या तेथील जनतेवर बरेच अत्याचार केले. त्यांच्या चांगल्या जमिनी काढून घेतल्या. त्यांच्याकडे जे-जे चांगले होते ते-ते सगळे या क्षेत्रपाल आणि त्यांच्या लोकांनी हिरावून घेतले. हे चालले असतानाच अत्यंत दूरदृष्टीचे, उच्च प्रतीची आकलनशक्ती असलेले आचार्य चाणक्य चंद्रगुप्ताला घेऊन त्या भागात आले.

त्या भागात येताच आचार्यांच्या आणि चंद्रगुप्ताच्याही लक्षात आले की, तेथील लोकांना आधी आरोग्यसेवेची गरज आहे. चंद्रगुप्ताने लगेच तक्षशिलेतून आपल्या पाचशे सहकाऱ्यांना बोलावून घेतले. त्यात वैद्यकीय क्षेत्रातील तज्ज्ञ होते. स्थापत्यविशारद होते. राजनीती आणि युद्धशास्त्रातील तज्ज्ञ होते. ही तज्ज्ञमंडळी तिथे पोहोचताच आचार्यांनी आणि चंद्रगुप्ताने तेथील पीडितांना योग्य व आवश्यक त्या सेवा पुरविण्यास सुरुवात केली. तेथील जनतेचे उद्ध्वस्त संसार पुन्हा सावरायला सुरुवात झाली. वीस-एकवीस वर्षांच्या तरुण राजबिंड्या चंद्रगुप्ताने तेथील जनतेची मने जिंकून घेतली.

आचार्यांनी तेथील जनतेच्याच सहकार्याने सेवा समिती स्थापन केल्या. त्याप्रमाणे सीमान्त, काश्मीर, पंजाब, सिंध प्रांतातील सुविद्य असे समाजसेवक निवडून त्यांची एक संयुक्त समिती स्थापन केली. त्यांच्या मागदर्शनाखाली तेथील पीडित जनतेच्या विकासाची कामे सुरू केली. हे झाल्यानंतर चंद्रगुप्ताने तिथे सैन्य उभारणी सुरू केली. त्याच्या सैन्यात त्या भागात सिकंदराशी लढा देऊन त्यातून वाचलेल्या, युनानींशी लढण्याचा अनुभव असलेल्या त्या तरुणांचा चंद्रगुप्ताला चांगलाच फायदा होणार होता.

त्या प्रांतांमधील जनतेची परिस्थिती हळूहळू सुधारू लागली. दोन वर्षांतच ते चांगले सावरले. आता आचार्य चाणक्य आणि चंद्रगुप्त हे त्यांचे दैवत ठरले होते. राजनीतीच्या दृष्टीने जागृत झालेल्या तेथील जनतेने आता युनानी क्षेत्रपालाचे आदेश झुगारणे सुरू केले. त्यांच्या सैन्यावर हळूहळू हल्ले करणे सुरू झाले. युनानींनी मोठे सैन्य आणले तर - चंद्रगुप्त आता सैन्याच्या तुकड्या त्यांच्या मदतीसाठी पाठवू

लागला. हळूहळू तो भाग चंद्रगुप्ताच्या ताब्यात यायला लागला आणि पाहता-पाहता युनानी क्षेत्रपालांचे अधिकारीच स्थानीय जनतेला, त्यांच्या सैनिकांना घाबरू लागले. चारही प्रांतांत आता चंद्रगुप्ताचे अघोषित राज्य सुरू झाले.

●●●

७

वाटचाल सिंहासनाकडे

सीमान्त प्रदेश, पंजाब, सिंध, काश्मीर आदी प्रांतांतून अलेक्झांडर म्हणजेच सिकंदराचे क्षेत्रपाल आणि सैनिकांनाही घालवून दिल्यानंतर चंद्रगुप्त हा त्या संपूर्ण भागाचा लोकप्रिय राजा झाला होता. त्याचे लक्ष आता गांधारचा राजा अंबुजकडे लागलेले होते; पण त्याच्या मनात एक भीती दडलेली होती. ती म्हणजे, युनानी सेनानी-सेनापती पुन्हा आक्रमण करतील याची. त्या दृष्टिकोनातूनच त्याने आचार्य चाणक्यांशी चर्चा सुरू केली.

अर्थात सर्वदूर चाणाक्षपणे जागृत नजर ठेवून असलेल्या आचार्य चाणक्यांनी त्याला धीर देत सांगितले,

"चंद्रगुप्ता, युनानी आक्रमकांची भीती सध्या तू मनातून काढून टाक. अलेक्झांडरच्या मृत्यूनंतर त्याच्या सेनानींमध्ये अधिकारासाठी मोठ्या प्रमाणावर लढाया चालू झाल्या आहेत. अर्थात त्यांच्या या संघर्षामुळे आशियाचा भाग सिकंदरचा सेनापती सेल्युकस याच्याकडे आलेला आहे आणि भारताकडे आलाच, तर तोच प्रचंड सेना घेऊन येईल; पण त्याची पुढील दोन-तीन वर्षे काळजी करण्याचे कारण नाही. आधी आपण गांधार देश ताब्यात घेऊन लगेच मगध जिंकून घेण्याच्या दिशेने वाटचाल करायला हवी." चंद्रगुप्ताला शंका आली. त्याने विचारले,

"आचार्य, आपण युनानींना हाकलून देऊन ते प्रांत ताब्यात घेतल्याचे पाहून सेल्युकस संतापलेला आहे, हे तुम्हीच मला सांगितले आहे. मग तो आक्रमण करायला इतका उशीर का करेल?"

आचार्य म्हणाले,

"त्याला घाई असूनही त्याचा प्रतिस्पर्धी टॉलेमी याने त्याला पूर्णपणे गुंतवून ठेवले आहे. त्यातून बाहेर यायलाच त्याला दोन वर्षे लागतील. तोपर्यंत गांधार आणि नंतर मगध जिंकून घेऊन तुला सम्राट व्हायचे आहे, तेव्हाच सेल्युकसच्या आक्रमणाला

तोंड देण्याइतका प्रबळ तू होऊ शकशील. म्हणून आता वेळ न घालवता गांधारवर घाला घाल.'' चंद्रगुप्ताला सम्राटपदाचे नाव ऐकून अर्थातच आनंद झाला. आचार्यांची माहिती व आपल्या गुप्तहेरांकडून आलेल्या बातम्यांवरून, त्यांनी युनानींबद्दलच्या परिस्थितीचे केलेले वर्णन ऐकून गांधारवर स्वारी करण्याची तयारी सुरू केली.

तरुण चंद्रगुप्ताचा उत्साह आता द्विगुणित झाला होता. त्याने आपले ताज्या दमाचे सैन्य उभे केले आणि गांधारला घेरले. पाहता-पाहता गांधारचे सैन्य उधळले आणि चंद्रगुप्त ससैन्य तक्षशिलेला पोहोचला. गांधारचा वर्तमान आढ्यतखोर लोभी राजा अंबुजकुमार घाबरला, युनानी क्षेत्रपाल फिलीपही घाबरला. अंबुजकुमारला मारायचे नाही, कारण तो आचार्य चाणक्य आणि चंद्रगुप्त यांची हितचिंतक असलेली पोरसपुत्री कल्याणीचा पती होता. त्यामुळे अंबुजने पळून जाण्याची तयारी केलेली माहीत असूनही चंद्रगुप्ताने तिकडे दुर्लक्ष केले. अंबुजकुमार व युनानी क्षेत्रपाल फिलीप पळून गेले आणि तक्षशिलेसह गांधार देशही चंद्रगुप्ताच्या ताब्यात आला.

आचार्य चाणक्यांच्या योजनेप्रमाणेच सगळे घडत होते. आता त्यांच्या नजरेसमोर होते ते मगधचे विस्तीर्ण आणि शक्तिशाली राज्य. मगधचा मद्य व मदिराक्षींच्या विळख्यात सदैव धुंद असलेला लोभी आणि धनाच्या संग्रहातच आनंद मानणारा राजा धनानंद आपल्याच धुंदीत मग्न होता. आपल्या प्रचंड सैन्याच्या भरवशावर तो निश्‍चिंत होता. त्याची सैन्यसंख्या पाहूनच अलेक्झांडरसारखा तथाकथित जगज्जेता बियास नदीच्या तीरावरच थबकला होता आणि अखेर मगधचे अंदाजे दोन लाख पायदल, ऐंशी हजार घोडदल, आठ हजार रथ व शेकडो हत्ती हे ऐकूनच त्याच्या सैनिकांचे धाब दणाणले होते आणि त्यांनी बियास नदी ओलांडण्याचे नाकारले. अखेर तो तथाकथित जगज्जेता बियास नदीपलीकडचा विस्तारलेला मगधचा प्रदेश पाहताच मागे फिरला होता. पण चंद्रगुप्त तसे करणार नव्हता.

आचार्य चाणक्य यांच्या सूचनेनुसार त्याने पराक्रमी राजा पोरसशी संपर्क साधला होता. चाणक्यांनीही राजा पोरसला मगधविषयी माहिती देताच पराक्रमी राजा पोरस– ज्याची ख्याती सर्व पर्वतीय भाग जिंकणारा अशी होती आणि म्हणूनच जो पर्वतेश्‍वर म्हणून ओळखला जात होता तो– चंद्रगुप्तच्या मगधवरील मोहिमेत ससैन्य सामील होण्यास तयार झाला. अखेर त्यालाही मगधचा काही भाग विजयानंतर मिळणार होताच.

इतक्या तयारीनंतरही आचार्य चाणक्यांचे समाधान होत नव्हते. त्यांनी चंद्रगुप्ताला सांगितले,

''चंद्रगुप्ता तुला स्वात (सुवास्तू) खोऱ्यात जावे लागेल. तेथील टोळीवाल्यांचा

प्रमुख आहे शशिगुप्त. या शशिगुप्ताचे जे घोडदल आहे, ते खूपच प्रभावी आहे. ते तुला मिळवावे लागेल. एक लक्षात ठेव की, शशिगुप्ताने सिकंदराला दिलेल्या घोडदलाच्या जोरावरच भारतात त्याला इतकी मजल मारता आली. आता ते घोडदल युनानी क्षेत्रपाल फिलिपॉसच्या तैनातीत आहे.

चंद्रगुप्त म्हणाला,

''आचार्य, जर ते घोडदल युनानी क्षेत्रपालाच्या तैनातीला आहे, तर ते आपल्याला कसे मिळेल?''

आचार्य म्हणाले, ''मी सांगतो ना! तू तिथे जाऊन शशिगुप्ताशी हातमिळवणी करायची. खरे म्हणजे सुरुवातीला त्या सगळ्यांची एकी व्हावी म्हणून मी त्याला भेटलो होतो; पण त्यावेळी युनानींच्या ताब्यातून आपला भाग सोडवून घेऊ शकू, यावर त्याचा विश्वास नव्हता. आता परिस्थिती बदललेली आहे. तू त्याला या सर्व भागाचा राजा म्हणूनच भेटायचे.''

चंद्रगुप्ताने पुन्हा शंका काढली-

''तरीही तो आपले घोडदल माझ्या ताब्यात देईल का?''

आचार्य म्हणाले, ''चंद्रगुप्ता, नुसते घोडदलच नाही, तर तो स्वत: तुझ्याबरोबर यायला तयार होईल– अशी तू व्यवस्था करायची-''

चंद्रगुप्ताने विचारले, ''पण ते कसे शक्य आहे?''

आचार्य म्हणाले,

''ते मी सांगतो. तू शशिगुप्ताला भेटून आपली ओळख करून दे. त्यानंतर त्याला सांग की, तू एक गंभीर माहिती सांगण्यासाठी आला आहेस.''

चंद्रगुप्ताने अधीरतेने विचारले-

''कोणती माहिती?''

आचार्य म्हणाले,

''सांगतो, ऐक. तू त्याला सांग की, तुमची राणी– जिच्याबद्दल तुम्हा सर्वांनाच अत्यंत आदर आहे ती -''

चंद्रगुप्त म्हणाला, ''म्हणजे कलापिनीच ना?''

आचार्य म्हणाले, ''होय-होय, तीच. ती अत्यंत सुंदर आहे आणि युनानी क्षेत्रपाल - फिलिपॉस याला ती खूप आवडली आणि हळूहळू त्याने तिला आपल्या जाळ्यात ओढले आहे आणि आमच्या गुप्तहेरांनी अशी बातमी दिलेली आहे की, तुमची राणी कलापिनी ही फिलिपॉसच्या छावणीत जात असते...

चंद्रगुप्त म्हणाला, ''आचार्य, पण...''

आचार्य म्हणाले, ''पण-बिण काही शंका तू काढू नकोस. माझे गुप्तहेर सगळीकडे वावरत आहेत, हे तुला माहीत आहेच. त्यांनी दिलेली बातमी कधीही चुकीची ठरत नाही आणि ही बातमी एकदा का तू शशिगुप्ताला सांगितलीस की, शशिगुप्त तू सांगितलेल्या बातमीची शहानिशा करून घेईल आणि ती बातमी खरी आहे, याची त्याला खात्री पटली की आपली दोन कामे एकदम होणार आहेत...''

चंद्रगुप्त पुन्हा अधीरतेने म्हणाला,

''कोणती दोन कामे...?''

आचार्य म्हणाले, ''पहिले काम म्हणजे शशिगुप्ताचा तुझ्यावर विश्वास बसून तो तुझ्याकडे आकर्षित होईल, तुझा मित्र होईल.''

चंद्रगुप्त म्हणाला, ''आणि दुसरे काय?''

आचार्य म्हणाले, ''दुसरे म्हणजे आपले वीर घेऊन तो फिलिपॉसच्या छावणीवर अचानक छापा घालेल आणि त्याला ठार करेल. म्हणजे भारतातील सिकंदराचा अखेरचा आणि प्रभावी असा क्षेत्रपाल आपोआप नाहीसा होईल आणि...''

चंद्रगुप्ताने पुन्हा विचारले, ''—आणि काय?''

आचार्य म्हणाले,

''आणि मग तू त्याला त्याची मदत मागितलीस की तो ती आनंदाने तुला देईल. इतकेच काय कदाचित तो स्वत: तुझ्याबरोबर यायलाही तयार होईल-''

चंद्रगुप्त आनंदाने व आश्चर्याने आचार्यांकडे पाहत म्हणाला,

''आचार्य, तसे झाले तर आपले मगध जिंकण्याचे ध्येय आपण सहजपणे गाठू शकू.''

चंद्रगुप्ताला आधीच आपल्या गुरूंच्या दूरदृष्टीचे आणि एकंदर परिस्थितीच्या आकलनशक्तीचे कौतुक वाटत असे; ते त्यांच्या स्वात खोरे आणि शशिगुप्तबद्दलच्या योजनेमुळे शतगुणित झाले. त्याने लगेच स्वात खोऱ्यात जाण्याची तयारी केली.

तक्षशिलेचा मुक्काम सोडून चंद्रगुप्त तडक स्वात खोऱ्याकडे निघाला. योग्य वेळी तो शशिगुप्तच्या राहण्याच्या ठिकाणी आला आणि त्याने शशिगुप्ताची भेट घेतली. चंद्रगुप्ताच्या व्यक्तिमत्त्वाने शशिगुप्त भारावून गेला. त्याचप्रमाणे चंद्रगुप्तालाही शशिगुप्ताबद्दल आकर्षण निर्माण झाले. सुरुवातीलाच एकदम युनानी क्षेत्रपाल फिलिपॉसबद्दल न बोलता त्याने आपले गुरू आचार्य चाणक्य यांच्या मार्गदर्शनाखाली अखंड सशक्त भारतासाठी काय काय प्रयत्न केले आहेत आणि अनेक गणराज्यांतून युनानी क्षेत्रपालांना हुसकावून लावून त्या गणराज्यांना कसे एकत्र आणले आहे, हे

सविस्तरपणे समजावून सांगितले आणि त्यानंतर आमच्या या प्रयत्नात तुम्हीही सामील व्हावे, अशी विनंती केली. त्यावर शशिगुप्त म्हणाला,

"तुमची कल्पना मला मान्य आहे. भारत सशक्त करण्यासाठी तुम्ही केलेले प्रयत्नही कौतुकास्पद आहेत. त्याबाबत माझी अडचण आहे ती आमचे येथे सिकंदराने नेमलेल्या क्षेत्रपालाचीच..."

त्यावर चंद्रगुप्त म्हणाला,

"मला मान्य आहे ती. जर तो क्षेत्रपाल नुसता सारा गोळा करीत बसला असता, तर चाललेही असते. पण तुम्हाला कल्पना आहे किंवा नाही– मला माहीत नाही; पण तुम्हाला सांगावेसे वाटते की, आमच्या गुप्तहेरांच्या माहितीप्रमाणे येथे बसून त्याने नसते उद्योग सुरू केलेल आहेत-"

शशिगुप्ताने लगेच उत्सुकतेने विचारले-

"उद्योग? कसले उद्योग सुरू केले आहेत त्याने?"

चंद्रगुप्त म्हणाला, "तुमच्या ज्या राणी कलापिनीबद्दल तुम्हाला इतका आदर आहे– जिला तुम्ही इतका मान देता– त्या कलापिनी राणीवरच त्याची नजर गेली असून त्याने तिला आपल्या जाळ्यात ओढले आहे..."

शशिगुप्त एकदम गंभीर होऊन म्हणाला,

"तुम्ही सांगता ती भयंकर बातमी आहे. पण ही बातमी जर खोटी निघाली तर त्याचे परिणाम आपल्या दोस्तीवर होतील, हे लक्षात घ्या."

चंद्रगुप्त म्हणाला,

"तुम्ही मी दिलेल्या बातमीवर विसंबून राहू नका, तुम्ही स्वत: ताबडतोब या बातमीतील खरे-खोटेपणा तुमच्या लोकांकडून पडताळून पाहा; मगच आपण बोलू."

शशिगुप्त म्हणाला,

"ते तर मी लगेच करणार आहे. तोपर्यंत आपण आमचे पाहुणे म्हणून येथेच राहावे..."

चंद्रगुप्त लगेच कबूल झाला. शशिगुप्ताने आपल्या गुप्तहेरांना त्या कामगिरीवर धाडले आणि त्यांच्याकडून जी बातमी मिळाली, ती ऐकून तो दचकलाच. कलापिनी आजही फिलिपॉसच्या छावणीत जाताना त्यांनी पाहिली. शशिगुप्ताने लगेच आपल्या टोळीप्रमुखांना एकत्र बोलाविले, त्यांना परिस्थिती समजावून सांगितली आणि त्यांनी एक योजना आखली.

चंद्रगुप्त लांबूनच परिस्थितीवर लक्ष ठेवून होता. आचार्य चाणक्यांच्या अपेक्षेप्रमाणे घडत होते.

त्या दिवशीच्या मध्यरात्रीच शशिगुप्तच्या टोळीवाल्यांनी फिलिपॉसच्या छावणीला गराडा घातला. त्या ऐसपैस छावणीच्या मध्यभागातून एक चाळीस हात रुंदीचा मार्ग आरपार गेलेला होता, तर त्या मार्गाच्या मध्याला काटकोन करून दुसरा तीस हातांचा मार्ग या दोन्ही बाजूंना गेलेला होता आणि त्या दोन्ही मार्गांच्या मध्यावर फिलिपॉसच्या रहिवासाची जागा होती. हजार, दीड हजार हत्यारी युनानींची छावणी त्या मध्यरात्रीला गाढ झोपेत होती. तेवढ्यात त्यांच्यावर हल्लाबोल झाला. टोळीवाल्या वीरांनी छावणीभोवतालचा तट ओलांडला आणि झोपेतून उठून कसेबसे सावरलेल्या युनानींची त्यांनी कत्तल सुरू केली. काही टोळीवाले सरळ फिलिपॉसच्या निवासाजवळ आले. बाहेरचा गलका ऐकून फिलिपॉस उघड्या अंगानेच बाहेर आला. टोळीवाले आरडाओरड करीत त्याच्यावर तुटून पडले. त्याचा शिरच्छेद करण्यात आला. आतून घाबरलेली कलापिनी बाहेर आली. तिला घेऊन काही टोळीवाले परतले, तर इतरांनी छावणी उद्‌ध्वस्त केली.

शशिगुप्त आता चंद्रगुप्ताचा मित्र झाला. आचार्यांच्या अखंड भारत निर्माण करण्याच्या प्रयत्नात एक महत्त्वाचे पाऊल पुढे पडले होते. चंद्रगुप्ताचे वर्चस्व आता उत्तरेतील गणराज्ये आणि सारे स्वात खोरे या संपूर्ण भागात प्रस्थापित झाले होते. विशेष म्हणजे, स्वात खोऱ्यातील परि-सारचा महत्त्वाचा किल्ला– जो उत्तर-पश्चिमेकडून येणाऱ्या आक्रमकांना प्रवेशद्वार म्हणून ठरत होता आणि संरक्षणाचे दृष्टिकोनातून तो अत्यंत उपयुक्त ठरणारा होता– तो ताब्यात आला होता.

शशिगुप्त तर चंद्रगुप्ताच्या व्यक्तिमत्त्वामुळे भारावला होता. तो चंद्रगुप्ताला प्रेमाने म्हणाला, "चंद्रगुप्त, तू आणि मी एकच आहोत. माझं नाव शशिगुप्त म्हणजे चंद्रगुप्तच की! कारण शशी म्हणजे चंद्रच." चंद्रगुप्ताने त्याला मिठी मारून सांगितले, "शशिगुप्ता, आचार्य चाणक्यांचे अखंड भारताचे स्वप्न आता पूर्ण होऊ शकेल."

आता राजा पोरसला आपलेसे करायचे आहे, ते काम आचार्य करीत आहेत. चंद्रगुप्ताने शशिगुप्ताला मगधसारख्या शक्तिशाली राज्यावर आक्रमण करण्याची योजना सांगितली. त्याच वेळी आचार्य चाणक्य पोरसला तीच योजना समजावून सांगत होते. एकदा सिकंदराकडून पोरस पराभूत झाला असला, तरी तो पराक्रमी राजा तर होताच, शिवाय त्याचे चतुरंग सैन्यही प्रभावी होते. चंद्रगुप्तने सिकंदराच्या आक्रमणाचे वेळी त्याला मदतही केली होती. त्यामुळे त्याला चंद्रगुप्त आणि आचार्य चाणक्यांबद्दल आपुलकीही वाटत होती. पोरसने आचार्य चाणक्यांच्या विनंतीला मान देऊन, मगधवरील आक्रमणात ससैन्य सहभागी होऊन मगधाच्या राज्यात वाटेकरी होण्यास मान्यता दिली. समाधानी वृत्तीने आचार्य तक्षशिलेला परतले

तक्षशिलेत त्याच दिवशी पंजाब, सिंध, आश्वकान, गांधार आणि इतर अनेक लहान-मोठ्या गणराज्यांवर अधिकार मिळविलेल्या चंद्रगुप्ताचा महाराजा म्हणून समारंभ थाटात पार पडला. शशिगुप्त आणि इतर लहान-मोठे राजे मलयायीराजचा राजा सिंहारन– जो आचार्य चाणक्यांचा शिष्यच होता– आद सर्व ससैन्य या समारंभाला हजर होते. शशिगुप्ताचे वीस हजारांचे प्रभावी घोडदल तसेच पंजाबातील शूरवीर जाटांचे सैन्य हे त्यातील वैशिष्ट्य होते.

चाणक्यांनी अत्यंत योजनाबद्ध पद्धतीने तयार केलेल्या संपर्क-साधन ठरणाऱ्या कबुतरांच्या योजनेचे उद्‌घाटनही त्याच वेळी केले. एका अत्यंत कल्पक रीतीने ही कबुतरे तयार केलेली होती. तक्षशिलेहून एक घोडेस्वार आपल्या खांद्यावर कबूतर घेऊन निरनिराळ्या भागांच्या राजधानींच्या ठरावीक ठिकाणी जात असे आणि परत येत असे. कबुतरांना ज्या मार्गाने नेले, तो मार्ग नेहमी लक्षात ठेवण्याची नैसर्गिक देणगी मिळालेली असते. त्यामुळे तो जाण्या-येण्याचा मार्ग ते कबूतर कधीही विसरत नाही.

अशा प्रकारची प्रत्येक राजधानीची तयार झालेली कबुतरे वेगवेगळ्या कप्प्यांत ठेवलेली असत. कबुतराच्या पायाला बांधलेल्या पुंगळीत आवश्यक तो संदेश लिहिलेला असे. मग नियोजित ठिकाणी ते कबूतर उतरताच तेथील संबंधित व्यक्ती– मग तो चंद्रगुप्त असो पोरस असो– त्या कबुतराच्या पायाला बांधलेली ती पुंगळी काढून त्यातील संदेश वाचीत असे आणि त्या व्यक्तीला तो संदेश अत्यंत वेगाने मिळत असे. या अभिनव संदेशयंत्रणेचे उद्‌घाटनही चंद्रगुप्ताने राजा पोरसला पहिला संदेश धाडून केले.

या समारंभानंतर आचार्य चाणक्यांनी मगधावरील आक्रमणाची आखणी करण्यासाठी एक उच्चस्तरीय समिती तयार केली आणि या उच्चस्तरीय समितीत मगधावरील आक्रमणाच्या मोहिमेची आखणी कशी करावी, यावर चर्चा सुरू झाली.

नेमके याच सुमारास गांधार राज्य आणि तक्षशिलेतही बुद्ध विरुद्ध ब्राह्मण याच्यात सुरू असलेला वाद आणखीन भडकून ब्राह्मणांच्या कत्तली झाल्या. बुद्धांचेही नुकसान झाले. या धुमश्चक्रीत अंभिकाने आचार्य चाणक्यांच्या हत्येचा कट रचल्याची खात्रीलायक खबर आचार्यांच्या गुप्तहेरांनी आणली आणि या बैठकीतील सगळ्यांनाच ही धक्कादायक बातमी समजली. पळून गेलेला अंभिक युनानी क्षेत्रपाल पोलस याला घेऊनच परतला होता, तो चंद्रगुप्त आणि आचार्य यांच्यासमोर मैत्रीचा हात पुढे करूनच. पण त्याचे इरादे काही वेगळेच होते, हे साऱ्यांच्या लक्षात आले.

अंभिकाचा बंदोबस्त करण्याची जबाबदारी शशिगुप्तने स्वीकारली आणि

त्याने आपल्या सैनिकांना घेऊन आचार्यांच्या गुप्तहेरांच्या मदतीने त्याला शोधून काढला. अंभिकही सैनिकांसहच होता. शशिगुप्तने सरळ त्याच्यावर हल्ला केला. अंभिक मारला गेला, त्याबरोबरच पळू पाहणारा पोलसही ठार झाला. पण दुर्दैवाने अंभिकच्या एका सैनिकाने मारलेल्या बाणाने शशिगुप्तही ठार झाला. ही बातमी चंद्रगुप्त आणि आचार्यांना मिळाली.

पुन्हा मगधवरील हल्ल्याचा तपशील ठरविणाऱ्यांसाठी दुसऱ्या दिवशी बैठक सुरू झाली, तेव्हा आचार्यांनी ही माहिती सगळ्यांना दिली. शूर शशिगुप्ताच्या निधनाने सगळ्यांनाच दुःख झाले. अर्थात शशिगुप्ताच्या घोडदलातील वीरांनी चंद्रगुप्ताला सैन्य देण्याचा निर्णय घेतला. चंद्रगुप्ताची सैन्यसंख्या वाढली होती. बैठकीत मगधवरील हल्ल्याच्या तपशिलाची बैठक पुन्हा सुरू झाली.

आचार्यांनी सर्वांना त्यांच्या गुप्तहेरांनी मगधच्या संरक्षणव्यवस्थेबद्दल मिळालेल्या माहितीचा तपशील सांगितला. राजा धनानंदाने आपले प्रचंड सैन्य राज्यभरातील निरनिराळ्या किल्ल्यांच्या संरक्षणासाठी विखरून ठेवले होते. इंद्रप्रस्थाच्या संरक्षणासाठीही बरेच सैनिक तैनात करण्यात आलेले होते. खुद्द राजधानी पाटलीपुत्र येथे अदमासे पंचवीस ते तीस हजार सैनिक, हत्ती आणि रथ होते. पाटलीपुत्राच्या भोवती चांगलाच खोल व रुंद असा खंदक होता आणि त्यात पाणी खेळवलेले होते, त्यात मगरीही होत्या.

सगळ्यात महत्त्वाची बातमी गुप्तहेरांनी दिली होती– ती म्हणजे, धनानंदाचा सेनापती सिंहनाद याचे अमात्य राक्षसाशी बिनसलेले आहे, पण राजा धनानंदाशी मात्र तो एकनिष्ठ आहे. चाणक्यांना मगध देशातील बातम्या मिळत होत्या. पण आचार्य चाणक्यांच्या गुप्त बैठकीतील निर्णय मात्र त्यांच्या बैठकीतील लोकांच्या पलीकडे जाणार नाहीत, याची दक्षता त्यांनी घेतली होती. त्यांच्या योजनेप्रमाणे पराक्रमी राजा पोरस याने आपले सैन्य घेऊन पश्चिमेकडून मगधात शिरायचे, तर कलिंग देशाच्या राजाने पूर्वेकडून मगधची सीमा ओलांडायची आणि चंद्रगुप्ताने सरळ इंद्रप्रस्थ ताब्यात घेऊन जितक्या वेगाने शक्य असेल तितक्या वेगाने पाटलीपुत्राकडे झेपवायचे, मार्गात मिळतील तेवढे किल्ले तिघांनीही घ्यायचे आणि अवघड वाटतील त्या किल्ल्यांना वेढे घालून मगधचे सैन्य त्या-त्या ठिकाणी अडकावून ठेवायचे, त्यांना पाटलीपुत्राकडे येऊ द्यायचे नाही. त्याचा फायदा चंद्रगुप्ताला होईल. राजा धनानंदाला कुमक मिळू शकणार नाही आणि पाटलीपुत्रात चंद्रगुप्ताला वेगाने राजवाडा गाठता येईल. ही चंद्रगुप्ताची योजना होती.

आचार्य चाणक्यांनी तक्षशिलेमध्ये आणखी एक योजना कार्यान्वित केली

होती. ती म्हणजे, वर्ष-दोन वर्षांच्या वयाच्या निराधार पण सुरेख मुलींना आपल्या ताब्यात घेऊन त्या वयापासूनच त्यांना अगदी थोड्या प्रमाणात विषाचा थेंब त्यांना पचेल इतक्या शक्तीचा द्यायचा. मग त्यांचे वय वाढेल त्या प्रमाणात विषाचा डोस वाढवीत जायचा– असे करीत-करीत त्या मुलींना वाढवायचे. अशा मुलींचा एक गटच त्यांनी तयार केला होता. आता त्याही वयात आल्या होत्या. आपल्या अखंड भारताच्या निर्मितीच्या आणि चंद्रगुप्ताला सम्राट बनविण्याच्या उद्दिष्टाविरुद्ध उभे ठाकणाऱ्या गणराज्यांच्या राजांकडे, अधिकाऱ्यांकडे त्या मुलींना नजराणा म्हणून धाडायचे. त्या तयार झालेल्या मुली म्हणजे विषकन्या होत्या. आचार्य चाणक्य आपल्या नेहमीच्या पद्धतीप्रमाणे चंद्रगुप्ताच्या सम्राट होण्याच्या आणि अखंड भारताच्या निर्मितीच्या उद्दिष्टाकडे नियोजित पद्धतीने पाऊल टाकत होते. त्या उद्दिष्टाच्या दिशेने मार्गक्रमण करताना आडवा येईल त्याचा काटा काढण्याच्या दृष्टीने विषकन्यांचा त्यांना उपयोग होणार होता.

चंद्रगुप्ताने आचार्यांच्या मार्गदर्शनानुसार आपले सैन्य मगधच्या सीमेवर आणून उभे केले होते. त्याचप्रमाणे राजा पोरसही मगध राज्यात शिरण्याच्या इराद्याने सीमेवर ससैन्य सज्ज उभा होता, तर पूर्वेकडून कलिंग देशाचा राजाही ससैन्य तयार होता आणि सर्व सज्जता झाल्यानंतर आचार्यांनी त्यांना आगेकूच करण्याचा संकेत दिला; मग मगधवरील आक्रमणाला दणक्यात सुरुवात झाली.

तीनही सेनादले आडवे येतील त्यांना लोळवत राजधानीच्या दिशेने समोर घुसत होती. मगधाच्या सैन्याला या भयंकर आक्रमणाची गंधवार्ताही नव्हती.

आपल्या तिन्ही सेनादलांना आचार्यांच्या स्पष्ट सूचना होत्या. त्या म्हणजे– वेगाला सर्वांत जास्त महत्त्व द्या. उशीर झाला आणि उत्तरेतून युनानी सेनानी सेल्युकसचे आक्रमण सुरू झाले, तर तुम्ही कैचीत सापडाल.

दुसरे म्हणजे– निःशस्त्र नागरिक, वयोवृद्ध आणि महिलांना त्रास होणार नाही याची दक्षता घ्या. इत्यादी.

चंद्रगुप्ताच्या सैन्याच्या दोन्ही आघाड्या– पश्चिम आघाडी पोरसने, तर डावी पूर्वेकडील आघाडी कलिंगच्या राजाने सांभाळलेली असल्याने तो निर्धास्तपणे पुढे घुसला आणि पाहता-पाहता गंगा ओलांडून तो राजधानी पाटलीपुत्राच्या वेशीत पोहोचला.

नगराभोवतीचा खोल आणि रुंद खंदक ओलांडण्यासाठी चंद्रगुप्ताने वाळलेली लाकडे, तुटलेल्या रथांचे तुकडे, मारल्या गेलेल्या घोड्यांचे मृतदेह टाकून रथांना जाण्यासाठी मार्ग केला. त्याच्या सैनिकांवर मगधचे सैनिक तटावरून बाणांचा वर्षाव

करीत होते. चंद्रगुप्ताने त्याकरता उंच-उंच मीनार बांधून त्यावर आपले तिरंदाज चढवले. त्यांनी शहराच्या तटबंदीवरून बाणांचा वर्षाव करणाऱ्या सैनिकांवर उलट पलटवार करायला सुरुवात करून त्यांचा मारा थांबवला आणि आपले घोडदल त्या खंदकावरील तात्पुरत्या रस्त्यावरून आत घुसवले. तोपर्यंत आचार्यांनी आपल्या संदेशवाहक कबुतरांमार्फत आपल्याला वश झालेल्या सेनानींना संदेश धाडला.

आतून आचार्यांना वश झालेल्या सेनानींनी दरवाजावरील राजाच्या रक्षकांना कापून काढले आणि चंद्रगुप्ताच्या सैन्याकरिता दरवाजे उघडले. चंद्रगुप्ताचे घोडदल पाण्याच्या प्रचंड लोंढ्याप्रमाणे आत घुसले.

त्या वेळी राजा धनानंदाला बातमी मिळाली आणि तो हादरला. त्याचे प्रचंड प्रमाणावर विखुरलेले सैन्य त्याच्या मदतीला येऊ शकत नव्हते. त्या सैन्याला चाणक्य आणि चंद्रगुप्ताच्या युद्धयोजनेप्रमाणे एक तर हानी सहन करावी लागली होती, शिवाय चंद्रगुप्ताच्या सैन्याने त्यांना रोखून धरले होते. राजा आपल्या अमात्य राक्षसाला घेऊन नगरीतील प्रचंड किल्ल्यात दडून बसला. किल्ल्याच्या रक्षणासाठी त्याने आपले उरलेसुरले वीस हजारांचे सैन्य आत घेतले होते. त्यांच्यातील धनुर्धाऱ्यांना किल्ल्याच्या बुरजांवर चढवून आक्रमक शत्रूला रोखून धरण्याची कामगिरी दिली होती. भाले घेतलेले सैनिकही त्यांत होते.

चंद्रगुप्ताचे सैन्य आता किल्ल्याच्या तटांना भिडले. ते खूपच मजबूत होते. चंद्रगुप्त आता चांगलाच तयार झाला होता. त्याने जवळजवळ हजारएक पाथरवट बोलाविले आणि रात्रीच्या अंधारात किल्ल्याच्या तटांना निरनिराळ्या ठिकाणी मोठमोठाली भगदाडे पाडण्याची जबाबदारी दिली. वेळ रात्रीची असल्याने त्यांच्यावर वरून बाणांचा किंवा भाल्यांचाही मारा होऊ शकत नव्हता. शिवाय ते अगदी तटाच्या भिंतींना लागून काम करीत असल्याने त्यांच्यावर वरून मारा करणेही अवघड होऊन बसले होते.

रात्रभर अविश्रांत मेहनत करून त्या पाथरवटांनी ठिकठिकाणी सुरुंग लावून भिंतींना भगदाडे पाडली आणि दुसऱ्या दिवशी पहाटेलाच चंद्रगुप्ताच्या सैनिकांनी त्या भगदाडांतून आत धाव घेतली. चंद्रगुप्ताच्या सैन्याने आजवर सतत विजयच मिळविला होता. त्यामुळे त्यांचे मनोबल चांगलेच उंचावलेले होते. ते एखाद्या झंझावाताप्रमाणे उसळत रणगर्जना करीत आत घुसले. राजा धनानंदाला आता त्याच्यावरील संकटाची जाणीव झाली. त्याने आपले हत्ती समोर धाडण्याची सेनापतींना आज्ञा केली. ते प्रचंड हत्ती रोंरावत चंद्रगुप्ताच्या सैन्यावर चालून आले. अर्थात पोरसच्या हत्तींचे सिकंदराने काय केले, हे चंद्रगुप्ताने पाहिले होतेच. त्यानेही लगेच आपल्या धनुर्धारी वीरांना त्या

आक्रमक हत्तींवर पेटते बाण मारण्याचे आदेश दिलेत. पेटते बाण नाकाड्यावर आदळताच ते गोंधळले, उसळू लागले. मागून येणाऱ्या आपल्याच सैनिकांना तुडवत उधळले. माहुतांना त्या हत्तींना आवरणे कठीण झाले. राजाच्या संरक्षणफळीत चांगलाच गोंधळ उडाला. तेवढ्यात एका बाजूने राजा पोरसचे सैन्यही किल्ल्यात घुसले नाही तोच दुसऱ्या बाजूने कलिंगच्या राजाचे सैन्यही घुसले. सुदैवाने आचार्य चाणक्यांच्या आदेशाप्रमाणे तिघांचेही सैनिक वागत असल्याने त्यांनी किल्ल्याच्या आतील भागातीलही नि:शस्त्र नागरिक, महिला आणि ज्येष्ठांना मुळीच उपद्रव दिला नाही; उलट त्यांच्याशी ते अत्यंत सौजन्यपणे वागत होते. त्यामुळे किल्ल्यातच नाही, तर साऱ्या मगध देशभर या सैन्याविषयी आपुलकीची भावना निर्माण झाली होती.

या धामधुमीच्या प्रसंगी राजा धनानंद एकंदर प्रसंगाचे गांभीर्य ओळखून आपल्याच सिंहासनाखालील भुयारात घुसून लपून बसला. चंद्रगुप्ताला ही माहिती मिळताच त्याने आचार्यांना प्रश्न विचारला,

"आचार्य, थोड्याच वेळात आपण धनानंदाला गाठणार. त्याचे काय करायचे?"

आचार्य गंभीरपणे म्हणाले,

"शिरच्छेद– शिरच्छेद करायचा त्याचा आणि नंदवंशातील सगळ्यांचाच. तोही त्यांना सर्वांसमोर आणून! पण लक्षात ठेवा– अमात्य राक्षसाला मात्र ठार करू नका. तो कपटी असला तरी कार्यकुशल आहे आणि कामाचा आहे."

आचार्यांच्या दूरदृष्टीचा हा परिचयच होता. थोड्याच वेळात चंद्रगुप्ताच्या सैनिकांनी राजवाडा ताब्यात घेतला. सिंहासनाच्या खालील भुयारात राजा धनानंद आणि इतर नंदवंशीय घाबरून लपून बसले होते. चंद्रगुप्ताच्या सैनिकांनी त्या सगळ्यांना तिथून खेचूनच बाहेर आणले. अमात्य राक्षस मात्र दुसऱ्या भुयारी मार्गाने पळून गेला. त्याचे अर्थातच चंद्रगुप्ताला आणि आचार्य चाणक्यांना वाईट वाटले नाही. त्यांच्या सैनिकांनी धनानंदाला आणि नंदवंशीय लोकांना दोरखंडाने बांधून समोर आणले. धनानंद भीतीने थरथरत होता. त्याच्याकडे पाहून आचार्य चाणक्य उंच आवाजात म्हणाले,

"दुष्टा धनानंदा, ओळखलेस का मला? माझ्या वडिलांचा भर चौकात तू शिरच्छेद केलास, कारण त्यांनी भर चौकात तुझ्या पापांचा पाढा वाचला होता. माझ्या मातेने तुझे काहीच बिघडविले नव्हते, तरीही तिच्यावर कोणीही औषधोपचार करायचे नाहीत, असा दुष्टपणाचा आदेश तू काढला होतास. त्यामुळे ती बिचारी औषधाविना मृत्युमुखी पडली. मी तुझा न्यायदानाध्यक्ष असताना भर दरबारात माझा अपमान करून तू मला बाहेर घालविलेस. आता तुला आठवले असेल की, त्या वेळी

तुझ्यासमोर मी माझ्या शेंडीची गाठ सोडून प्रतिज्ञा केली होती. ऐक धनानंदा, मी प्रतिज्ञा करतो की, तुझा आणि साऱ्या नंदवंशाचा मी नाश करीन तेव्हाच माझ्या शेंडीची मी गाठ मारीन! बघ, डोळे फोडून बघ– आता मी शेंडीला हात लावला आहे. तुझा शिरच्छेद होतानाच मी शेंडीला गाठ मारतो आहे-''

इतके बोलून आचार्य चाणक्यांनी चंद्रगुप्ताला सांगितले, ''चंद्रगुप्ता, उडव त्या अत्याचारी नराधमाचे डोके- आणि ठार कर त्याच्या वंशीयांना...''

चंद्रगुप्ताची तलवार क्षणभरातच चमकली आणि दुष्ट धनानंदाचे शिर त्याच्या धडापासून अलग होऊन आचार्य चाणक्यांच्या पायाजवळ पडले, तेव्हा ते आपल्या शेंडीची गाठ मारत होते.

●●●

८

राज्यारोहण

क्रूर, दुष्ट, अन्यायी, अत्याचारी धनानंद आणि त्याच्या सोबतच नंदकुलाचा नाश झाल्याची खबर साऱ्या पाटलीपुत्र नगरीत व पाठोपाठ मगध राज्यभर पसरण्यास वेळ लागला नाही. सगळीकडे आनंदोत्सव सुरू झाला. गुढ्या-तोरणे उभारण्यात आली. चंद्रगुप्ताच्या सेनेचे सगळीकडे स्वागत होत होते. चंद्रगुप्त धनानंदाच्या वधानंतर लगेच किल्ल्याबाहेर पडला. त्याचा रथ सज्ज होताच. त्या रथातून तो सरळ पाटलीपुत्र नगरीच्या बाहेर मोरबनात आला.

मोरबनात त्याची माता अजूनही आजूबाजूच्या मोरांना खायला देत त्यांच्यात रमत होती. आपल्या लहानशा घरात राहत होती. दारात रथ उभा राहताच ती आश्चर्याने त्या रथाकडे पाहत बाहेर आली. रथातून उतरला तो तिचा लाडका लेक चंद्रगुप्त! रथातून उतरताच तो आईजवळ आला आणि त्याने तिच्या पायांवर डोके ठेवले. त्याच्या आईच्या– मुराच्या– डोळ्यांतून आसवे वहात होती. त्या आसवांनीच तिने जणू त्याला शुभाशीर्वाद दिले. चंद्रगुप्ताने तिला प्रेमाने मिठी मारली. हाताने धरून तिला मोठ्या सन्मानाने रथात बसविले आणि तिला घेऊन तो आधी गवळीवाड्यात आला. त्याची मित्रमंडळीही आता त्याच्यासारखीच मोठी झाली होती. मगधातच नव्हे, तर राजधानी पाटीलपुत्रात घडलेल्या घडामोडींची खबर त्यांच्यापर्यंत पोहोचली होतीच. खरे म्हणजे त्यांनीच ती बातमी मुरेला सांगितली होती.

मुरेचा रथ आता राजमहालाकडे निघाला, तेव्हा स्वत: चंद्रगुप्त आपल्या बालपणीच्या मित्रांबरोबर रथाच्या मागोमाग चालत होता. चालताना जुन्या आठवणींना उजाळा देण्याच्या त्यांच्या गप्पा चालल्या होत्या. त्यांच्या मागून चालले होते चंद्रगुप्ताचे सैनिक, जे त्याच्याबरोबर आलेले होते.

त्यांच्या गप्पांमध्येच गवळीवाड्यातील त्याचे मित्र म्हणत होते... चंद्रगुप्ता, तू सतत विजय मिळवीत मगधची राजधानी जिंकून घेतल्याची बातमी तुझ्या आईच्या

कानांवर आली होतीच. ती आपल्या मोरांबरोबर गप्पा मारीत त्यांना सांगत असायची. माझा चंद्रगुप्त आता राजा होणार आहे. या मगधचा राजा होणार आहे... येईल तो आता मला न्यायला, येईल बघा. जणू काही त्या मोरांना सगळे समजतच होते. आणि बघा आज चंद्रगुप्त येताच कसे गहिवरून आले होते तिला!

या गप्पांमधेच त्यांच्या बालपणीच्या आठवणींना उजाळा मिळत होता. त्यातच आचार्य चाणक्यांचीही आठवण येत होतीच. आता ते किल्ल्याच्या जवळ पोहोचले होते. पण धनानंदाचा राजवाडा आता जागेवर नव्हता. तो पेटलेला होता, जळत होता. चंद्रगुप्त मोरबनात गेल्यावर सदैव जागृत असलेल्या चाणक्यांनी राजवाड्यात रपेट मारली होती. तिथे चंद्रगुप्ताचाच जो शयनकक्ष होता, त्याच्या जमिनीवर खालून येणाऱ्या मुंग्यांची रांग लागलेली होती. त्यांच्या तोंडात ताज्या धान्याचे कणही चाणाक्ष चाणक्यांना दिसले होते. ते पाहताच त्यांच्या लक्षात आले होते– किल्ल्यातून पळून गेलेला अमात्य राक्षस डिवचला गेलेला होता. तो चंद्रगुप्तावर सूड घेण्याचा प्रयत्न करणार, हे उघड होते आणि आचार्य चाणक्य सावलीप्रमाणे चंद्रगुप्ताची पाठराखण करीत होते. त्यांच्या लक्षात सारा प्रकार आला होता.

चंद्रगुप्ताच्या शयनकक्षाच्या खालच्या तळघरात काही माणसे लपलेली होती. चंद्रगुप्त रात्री झोपल्यानंतर त्याला ते अपाय करण्याची दाट शक्यता होती आणि ते राक्षसाचेच कारस्थान होते, त्यात त्यांना शंकाच राहिली नव्हती. म्हणूनच त्यांनी तो राजवाडाच पेटवून दिला होता. चंद्रगुप्ताची व्यवस्था त्यांनी बाजूच्या सुरेख राहुटीत केली होती.

चंद्रगुप्ताचा रथ येताच आचार्यांनी त्या मायलेकांना राहुटीत नेले. धनानंदाचा जुना राजमहाल– जो त्याचा रंगमहाल होता, मदिरा आणि मदिराक्षींच्या सहवासात रमून राहण्याचा– तो आत्ता पूर्णपणे नव्याने सज्ज होत होता, शुद्ध होत होता चंद्रगुप्तासाठी. तोपर्यंत चंद्रगुप्ताच्या राहुटीत आचार्य चाणक्य, चंद्रगुप्त, कात्यायनजी आणि माजी महामंत्री शकदाल ही मंडळी जमलेली होती. तेवढ्यात राजा पोरसही त्यांना सामील झाला. कलिंग देशचा राजाही होताच.

पोरसने आचार्यांना विचारले,

"आचार्य, आता मगध देशाचा अर्धा भाग मला सोपवायला हरकत नाही. केव्हा सोपविणार?"

आचार्य शांतपणे म्हणाले,

"राजाजी, अर्ध्या मगधचा कारभार तुमच्याकडे सोपवायचा आहेच, पण त्यासाठी चंद्रगुप्ताच्या राज्यारोहणासाठीही मी योग्य मुहूर्त शोधण्यासाठी आत्ताच

राजज्योतिषींना निरोप धाडला आहे. ते येतीलच इतक्यात–" त्यांचे बोलणे संपत नाही तोच राजज्योतिषी आले. बरोबर त्यांनी पंचांग आणि काही चोपड्याही आणल्या होत्या.

आचार्यांनी त्यांना का बोलाविले आहे त्याचे प्रयोजन सांगितले आणि राजज्योतिषांनी बैठक नीट करून पंचांग उघडले. काही वेळ पंचांगात पाहून मग डोळे मिटून त्यांनी बोटांनी मोजण्याची क्रिया केली आणि ते शांतपणे म्हणाले,

"आचार्य, तीन दिवसांनंतरचा मुहूर्त अत्यंत योग्य आहे आणि तो चंद्रगुप्ताला लाभदायक आहे..." आचार्य पुटपुटले.

"तीन दिवसांनंतर...? अस्सं, ठीक आहे." मग ते राजा पोरसकडे वळून म्हणाले,

"राजाजी, ऐकलंत? तीन दिवसांनंतरचा मुहूर्त आपल्या शुभकार्यासाठी योग्य आहे, असं ज्योतिषी सांगताहेत– तेव्हा..."

राजा पोरस म्हणाला, "तीन दिवसांनंतर...? चालेल, चालेल."

त्यांची ही बोलणी चालू असतानाच राजज्योतिषी उठून आचार्यांना प्रणाम करून निघाले.

राजा पोरसने मगधमधील आपला हिस्सा मागितला, पण त्यांच्याप्रमाणेच चंद्रगुप्ताच्या सेनेची डावी बगल सांभाळून पुढे घुसणाऱ्या कलिंग देशाच्या राजाने मात्र आचार्यांना सांगितले, "मला माझे राज्यच पुरेसे आहे. पण माझी अशी विनंती आहे की, मगधच्या राजाकडून मी जे प्रचंड कर्ज घेतले होते, त्याची परतफेड करता-करता मला नाकीनऊ येत आहेत. तेवढे कर्ज जर मला माफ केलेत, तर उपकार होतील माझ्यावर."

त्याच्या बोलण्यानंतर आचार्यांनी आणि चंद्रगुप्तानेही कलिंगच्या राजाला त्याबद्दल आश्वासन देऊन सांगितले, "ते कर्ज माफ झाले आहे, असे समजा." कलिंग देशाचा राजा समाधानाने मान हलवीत म्हणाला,

"आचार्य, समाधान झाले माझे. मगधचे राज्य आता एका कर्तबगार-तडफदार राजाच्या हातात गेले आहे, याची खात्री आहे आमची."

त्यांची अशी बोलणी चालू असतानाच सेवकाने आत येऊन वर्दी दिली.

"आचार्य, अमात्य राक्षसाकडून महाराज चंद्रगुप्त यांच्यासाठी नजराणा घेऊन एक तरुणी आली आहे..."

आचार्य लगेच म्हणाले, "पाठव तिला आत."

सगळे दरवाजाकडे पाहत असतानाच हातात चांदीच्या मोठ्या तबकात

सोन्याची नाणी, दागिने घेऊन एक सुरेख तरुणी आत आली. अत्यंत सुरेख अशी ती कोमलांगी आत येताच आचार्यांनी तिला ओळखले. विशाखा होती ती. आचार्यांनी तयार केलेल्या विषकन्यांपैकी सर्वांत तडफदार आणि प्रभावी असलेली हीच ती तरुणी होती. पण ती अमात्य राक्षसाकडून आली होती. त्यांनी राक्षसाचा डाव ओळखला.

राजमहालातून गायब झालेला अमात्य राक्षस पाटलीपुत्राच्या एका मित्राकडे लपून बसला होता. असाच लपत-छपत फिरत असताना त्याने तरुणींच्या वसतिगृहात काही तरुणींची एक आगळीवेगळी परीक्षा चाललेली पाहिली. ह्या चाचणी परीक्षेसाठी चार-पाच टोपल्या होत्या. त्या वैशिष्ट्यपूर्ण वसतिगृहाच्या संचालिकेने एका मुलीला समोर बोलाविले आणि एका टोपलीचे झाकण काढून त्यात हात घालायला सांगितले. तिने तसे करताच आतल्या नागाने तिच्या हातावर डंख मारला. त्या मुलीने झटक्यात हात मागे घेतला. तिला थोडी गुंगी आल्यासारखे झाले. अमात्य राक्षसाला त्या टोपलीत काय आहे याची कल्पना नव्हती. त्याने त्या प्रमुख महिलेला विचारले,

"काय चालले आहे हे? काय आहे त्या टोपलीत?"

त्या महिलेने त्यांना विचारले, "आपण कोण आहांत?"

राक्षस म्हणाला, "मी मगध राज्याचा अमात्य राक्षस आहे."

त्या महिलेला अमात्य राक्षस आपले पद सोडून पळून गेल्याचे माहीत नव्हते. तो अमात्य राक्षस आहे हे ऐकून तिने त्याला काय चालले आहे, हे सांगितले.

ती म्हणाली,

"या टोपल्यांमध्ये अत्यंत विषारी असे नाग आहेत आणि या मुली विषकन्या आहेत. यांच्या सहवासात जो कोणी तरुण येईल, तो पहिल्या चुंबनाने मृत्युमुखी पडेल, इतक्या या मुली विषारी आहेत. त्या कितपत प्रभावी आहेत याचीच मी चाचणी घेत आहे."

राक्षस कुतूहलाने म्हणाला, "खरोखरीच कमालीची शक्कल आहे ही! कोणाचे डोके आहे हे?"

त्या महिलेला ते काम कोणाच्या सांगण्यावरून चालले आहे, याची कल्पना नव्हती. तिने सरळच सांगितले,

"त्याची मला कल्पना नाही, पण ते लांब उभे आहेत ना, त्यांनीच ही चाचणी घ्यायला सांगितली आहे."

राक्षसाने त्या व्यक्तीकडे पाहिले. तो सिद्धार्थक होता. आचार्य चाणक्यांचा बालमित्र. आता तो त्यांचा गुप्तहेर म्हणून काम करीत होता. राक्षस त्या चाचणीकडे

पहात असतानाच तीन-चार मुलींची चाचणी झाली. त्यानंतर आलेल्या मुलीने टोपलीत हात घातला आणि काहीच झाले नाही अशा थाटात हसत-हसत हात बाहेर काढला.

ती महिला म्हणाली, ''छान!'' आणि राक्षसाकडे पाहून म्हणाली, ''ही मुलगी सगळ्यात प्रभावी आहे. तिच्या सहवासात आलेला तरुण पहिल्या चुंबनानेच मृत्युमुखी पडल्याशिवाय राहणार नाही.''

अमात्य राक्षसाचे डोळे विस्फारले गेले. त्याने त्या महिलेला त्या मुलीचे नाव विचारले. ती होती विशाखा. राक्षसाने त्यानंतर सिद्धार्थकाला गाठले. सिद्धार्थक राक्षसाला ओळखत होताच. त्याला राक्षसाने विशाखाबद्दल विचारले आणि 'या मुलीला मी घेऊन जातो, त्याबद्दल तुला पाहिजे ते धन मी देतो,' असे सांगितले. सिद्धार्थकाने राक्षसाच्या मनात काय आहे ते ओळखले आणि अर्थातच ती माहिती आचार्यांना कळविली.

चंद्रगुप्ताचे सैन्य मगधच्या सीमेवर विजय मिळवीत आगेकूच करीत असतानाच आचार्यांनी तक्षशिलेत अगदी बालपणापासून ज्या मुलींना कणाकणाने विष पाजत लहानाचे मोठे केले होते, त्या मुलींना रथात बसवून मगधच्या राजधानीत घेऊन येण्यासाठी सिद्धार्थकाला तक्षशिलेत कबुतराच्या माध्यमातून निरोप धाडला होता. त्याप्रमाणे सिद्धार्थक त्या मुलींना रथात घालून घेऊन आला होता आणि त्यांच्या चाचण्याही सुरू केल्या होत्या. त्या मुलींमधीलच विशाखाची निवड करून राक्षस तिला घेऊन गेला होता आणि चंद्रगुप्ताच्या विजयानंतर डिवचल्या गेलेल्या राक्षसाने विशाखेच्या सोबतच हत्ती, घोडे आणि इतर मूल्यवान वस्तूंचा नजराणा त्याच्याकडे धाडला होता– तो चंद्रगुप्ताला विशाखेच्या माध्यमातून संपविण्यासाठीच.

आचार्यांनी राक्षसाचे इरादे ओळखले होतेच. ते लगेच विशाखाला म्हणाले– अर्थात ओळख न दाखविताच, ''चंद्रगुप्त ब्रह्मचारी आहे, त्याला तुझा काहीच उपयोग नाही. तू परत जा.''

आचार्यांचे शब्द विशाखाने तर ऐकलेच, पण त्याचबरोबर तिथे उपस्थित असलेल्या राजा पोरसनेही ऐकले. आधीच तो विशाखाकडे आकर्षित झाला होता. राजा लगेच आचार्यांना म्हणाला,

''आचार्य, चंद्रगुप्त ब्रह्मचारी असेल, पण मी ब्रह्मचारी नाही. विशाखाला मी घेऊन जातो.'' आचार्यांनी राजा पोरसाला समजावण्याचा प्रयत्न केला; पण राजा विशाखाच्या सौंदर्यावर इतका भाळला होता की, तो ऐकायलाच तयार नव्हता. तो विशाखाला घेऊन गेलाच आणि त्याच रात्री पहिल्याच मिठीत तिचे चुंबन घेताच राजा

पोरस काही क्षणांतच ग्लानीत गेला आणि सकाळी त्याचा मृतदेहच बाहेर काढावा लागला.

एक पराक्रमी राजा काळाच्या पडद्याआड गेला. आचार्य चाणक्यांना दुःख झालेच, पण त्यांना हायसेही वाटले. कारण अखंड भारताच्या निर्मितीच्या त्यांच्या स्वप्नाला तडा जाण्याची शक्यता निर्माण झाली होती ती पोरसने मगध राज्यातील आपल्या हिश्शाची मागणी केल्यामुळे. आचार्यांनी पोरसचा भाऊ विरोचक याला जवळ केले. त्याचे सांत्वन करून त्याला मगधचा एक भाग देऊ करून चंद्रगुप्ताबरोबरच राज्य करण्याचा सल्ला दिला. विरोचकानेही ते मान्य केले.

दुसऱ्या दिवशी मध्यरात्रीला चंद्रगुप्त नव्याने तयार झालेल्या राजमहालात प्रवेश करणार होता, त्याच्याचबरोबर आता विरोचकही असणार होता. त्यासाठी दोन हत्ती सजविण्यात आले होते. दुसऱ्या दिवशी रात्री मिरवणुकीची तयारी पूर्ण झाली होती. हत्ती तयार होतेच.

इकडे अमात्य राक्षसाचे चंद्रगुप्ताची हत्या करण्याचे दोन प्रयत्न आचार्य चाणक्यांच्या जागरूकतेमुळे फसले होते, तरी त्याचे प्रयत्न चालूच होते. चंद्रगुप्ताच्या राजमहालात प्रवेश करण्याचा मार्गावर एक प्रचंड लोखंडी कमान बांधण्यात येत होती. त्या कमानीचे काम करीत होता प्रसिद्ध तंत्रज्ञ दारुवर्मा. राक्षसाने या दारुवर्माला बरेच धन देऊन फितविले होते. राक्षसाने सांगितले होते की– त्या कमानीसाठी एक कळ तयार कर, जी लांबूनच दाबली की ती लोखंडी कमान कोसळली पाहिजे. ती अर्थातच ज्या वेळी पहिला, चंद्रगुप्ताचा हत्ती त्या कमानीखाली येईल नेमकी त्याच वेळी कोसळली पाहिजे आणि दारुवर्म्याने आपले कसब पणाला लावून तशी कळ तयार केली.

मिरवणुकीच्या रात्री चंद्रगुप्त आणि विरोचक दोघेही राजाला साजेसे पोशाख करून तयार होते. त्यांच्या डोक्यावर मुकुटही होता. त्यावर फुलांच्या माळा खाली आलेल्या असल्याने दोघांचेही चेहरे झाकले गेले होते. पहिल्या हत्तीचा माहूत होता बर्बरक, जो राक्षसाला विकला गेला होता. आचार्य चाणक्यांनी त्या पहिल्या हत्तीवर विरोचकाला बसविले. त्यालाही बरे वाटले. अर्थात आपल्या हत्तीवर कोण बसले आहे, हे बर्बरकाला समजणे शक्यच नव्हते. मागच्या दुसऱ्या हत्तीवर चंद्रगुप्त बसला होता. त्याच्या मागे रथात त्याची आई मुरा आणि गुरू आचार्य चाणक्य होते.

मिरवणूक थाटात पुढे सरकत होती. हळूहळू ती त्या भव्य कमानीजवळ आली. समोरचा बर्बरक माहूत असलेला हत्ती कमानी खाली येत असतानाच बाजूने पाहत असलेल्या दारुवर्माने कळ दाबली आणि ती भव्य कमान कोसळली. त्या भव्य

कमानीचे लोखंडी खांब धडाड्कन हत्तीवर कोसळले. त्याच्या खाली दबले ते माहूत बर्बरक आणि मागे बसलेला पोरसचा भाऊ विरोचक. दोघेही जागीच ठार झाले. मिरवणुकीत प्रचंड गोंधळ झाला. चंद्रगुप्ताचा हत्ती जागच्या जागी उभा राहिला. सगळी मिरवणूकच थांबली. आचार्य चाणक्यांच्या सतर्कतेमुळे चंद्रगुप्त वाचला. अमात्य राक्षसाचा चंद्रगुप्ताला मारण्याचा आणखी एक प्रयत्न फसला. त्या मिरवणुकीत मागाहून येणाऱ्या लोकांनी दारुवर्माला त्याच्या हातातील कळीच्या साहित्यासह पकडले आणि तिथेच ठेचून ठार केले.

काही वेळातच मार्ग मोकळा होताच मिरवणूक पुढे निघाली. त्या कमानीच्या अपघातातून चंद्रगुप्त सुखरूप वाचलेला पाहून त्याच्या मागेच असणाऱ्या मुरेने दोन्ही हात जोडून देवाला प्रणाम केला. पुन्हा त्या मातेच्या डोळ्यांतून आसवे ओघळू लागली. मिरवणूक सावकाश राजमहालाजवळ आली. राजमहालाशी चंद्रगुप्ताचे जोरदार स्वागत झाले. हत्तीवरून उतरून चंद्रगुप्ताने आपल्या आईला हात देऊन खाली उतरविले. आचार्यही उतरले आणि तिघेही महालात आले. आचार्यांनी राज्यारोहणाची सर्व तयारी करून ठेवलेली होतीच. ऐन मध्यरात्रीच्या मुहूर्ताला मंत्रोच्चारांच्या घोषात चंद्रगुप्ताचा राज्यारोहण समारंभ पार पडला. मुरा आपल्या लेकाच्या त्या वैभवाकडे कौतुकाने पाहत होती. चंद्रगुप्त सिंहासनावरून उतरून आईच्या पाया पडला आणि मग त्याने आचार्यांचेही आशीर्वाद घेतले.

इकडे आपले वडील राजा पोरस आणि काका विरोचक यांचा मृत्यू झाल्यामुळे सैरभैर झालेला पोरसचा मुलगा मलयकेतू राजधानी पाटलीपुत्र सोडून निघून गेला. अर्थात ही माहिती अमात्य राक्षसाला त्याच्या गुप्तहेरांनी दिली. त्याने लगेच मलयकेतूचा शोध घेऊन त्याला घेऊन येण्यासाठी आपले गुप्तहेर धाडले. त्याच वेळी त्याला बातमी मिळाली की, नुकताच मगध आणि साऱ्या उत्तर भारताचा सम्राट झालेला चंद्रगुप्त आजारी पडला आहे. चंद्रगुप्ताला ठार करण्याचे आपले सगळेच प्रयत्न आचार्य चाणक्य यांच्या जागरूकतेमुळे फसल्याने अमात्य राक्षस वैतागला होता. आता त्याला ही आयतीच संधी मिळाली होती आणि त्याने त्या संधीचा फायदा घेण्यासाठी पावले उचलली.

राक्षसाने लगेच राजवैद्याला बोलावणे धाडले. मगधचा अमात्य राहिला असल्याने राक्षसाचे राजवैद्याशी चांगले संबंध होतेच. त्याने राजवैद्याला बरेचसे धन देऊन आपल्या मनात काय आहे ते स्पष्ट केले आणि राजवैद्यानेही त्याला आवश्यक ते करतो, असे आश्वासन दिले.

राजवैद्य त्याला निरोप मिळाल्याने लगबगीने राजमहालात आला. तो चंद्रगुप्ताच्या

शयनकक्षात आला, तेव्हा आचार्य चाणक्य तिथेच होते. राजवैद्यांनी आपली पोतडी उघडून त्यातून एक लहानसा खलबत्ता काढला, त्यात आपल्याजवळची काही औषधे काढली. आल्या-आल्या त्यांनी चंद्रगुप्ताची नाडी पाहिली होतीच आणि चौकशीही केली होती. त्यानुसारच ते औषधयोजना करीत होते. खलात घातलेली औषधे त्यांनी बत्त्याने घुसळून चांगली एकरूप केली. त्यात थोडे पाणी घातले आणि एका प्याल्यातून ते चंद्रगुप्ताला देण्यासाठी ते उठले. आचार्यांचे त्यांच्या हालचालीकडे बारकाईने लक्ष होतेच.

आचार्यांनी वैद्यबुवांना थांबविले आणि म्हणाले,

''वैद्यबुवा, तुम्ही कोणाला औषध देत आहात याची कल्पना आहे ना तुम्हाला?''

वैद्यबुवा म्हणाले, ''होय आचार्य, मी सम्राट चंद्रगुप्त यांना औषध देतो आहे.''

आचार्य म्हणाले, ''होय ना? मग सम्राटांना देण्यात येणारे औषध साध्या धातूच्या पेल्यातून कसे देत आहात? थांबा.'' मग आचार्यांनी एक सेवकाला सुवर्णचषक आणायला सांगितला. त्याने सुवर्णचषक आणल्यावर आचार्यांनी तो चषक वैद्यबुवांना दिला आणि म्हणाले,

''वैद्यबुवा, घाला ते औषध या सुवर्णपात्रात आणि द्या सम्राट चंद्रगुप्ताला.''

वैद्यराजांनी एकदा आचार्यांकडे पाहिले आणि थरथरत्या हाताने समोरच्या सुवर्णपात्रात ते औषध ओतायला सुरुवात केली.

आचार्य चाणक्यांची त्याच्यावर बारीक नजर होती. वैद्यराजांचे हात कापत आहेत, हे त्यांनी हेरले. औषध सुवर्णपात्रात ओतताच त्या औषधाचा रंग तर बदललाच, पण सुवर्णपात्राचा रंगही बदलला. ते पाहून वैद्यराज थरथर कापायला लागले. आचार्य चाणक्य लगेच ओरडून म्हणाले,

''वैद्यराज, हे- हे- औषध तुम्ही चंद्रगुप्ताला देणार होतात? आता तुम्हीच प्या ते इथे माझ्या समोर.''

आणि वैद्यराजांनी थरथरत्या हाताने ते सुवर्णपात्र तोंडाला लावले. काही घोट त्यांच्या पोटात जाताच त्यांच्या पोटात आग भडकली नि काही क्षणांतच ते कोसळले आणि त्यांचा मृत्यू झाला. आचार्यांमुळे चंद्रगुप्त पुन्हा बचावला.

चंद्रगुप्त आतापर्यंत ठार झाला असेल, अशा विचारात मग्न असलेल्या राक्षसासमोर त्याचा एक गुप्तहेर धावत येऊन धापा टाकीत उभा राहिला आणि म्हणाला,

"अमात्य महाराज, वैद्यराज वैद्यराज... "

राक्षस ओरडला, "वैद्यराज-वैद्यराज काय करतोस? त्यांनी चंद्रगुप्ताला दिले ना औषध? बोल- बोल- लवकर."

"नाही महाराज..." तो गुप्तहेर म्हणाला. "वैद्यराजांनी चंद्रगुप्ताला औषध दिलेच नाही. आचार्य चाणक्यांनी ते औषध वैद्यराजांनाच प्यायला लावले आणि ते मरण पावले."

"काऽऽय?" राक्षस ओरडला. "वैद्यराजच ते औषध प्यायले आणि मेले... आचार्य चाणक्यांनी केले हे– आता त्या दोघांचाही बंदोबस्त करायला हवा."

वैद्यराज मेले याबद्दल राक्षसाला काही वाटले नाही, उलट आचार्य चाणक्य आणि चंद्रगुप्तावर सूड उगवण्याचा त्याचा निर्णय पक्का झाला आणि पुढे कोणते पाऊल उचलायचे या विचारात गढून गेला तो. त्याच्या या धावपळीत त्याने आपल्या बायको-मुलांना त्याचा मित्र चंदनदास सराफ याच्या घरी ठेवले. त्याच वेळी त्याने आपल्या हातातील अंगठी– जिच्यावर त्याची मुद्राही होती– ती बायकोजवळच दिली.

एके दिवशी चाणक्यांचा एक गुप्तहेर गारुडीचा खेळ करीत फिरत असताना चंदनदासाच्या घरासमोर खेळ करीत होता. तेव्हा राक्षसाचा मुलगा खेळ पाहायला बाहेर आला, तर त्याला आणायला त्याची बायको बाहेर आली. त्या मुलाच्या मागे धावता-धावता तिच्या हातातील राक्षसाची अंगठी खाली पडली. चाणक्यांच्या हेराने ती उचलली आणि सरळ चाणक्यांकडे आणून दिली.

तिकडे राक्षस आपले चंद्रगुप्ताला ठार करण्याचे अनेक प्रयत्न फसल्यानंतर पुढची योजना आखत असताना बोलावल्याप्रमाणे मलयकेतू त्याच्याकडे आला. राक्षसाने त्याच्या मनात भरवून दिले की, त्याच्या वडिलांची म्हणजे राजा पोरसची आणि काका विरोचक यांची हत्या चाणक्यांनी केलेली आहे. त्यामुळे मलयकेतू हा राक्षसाकडे आणखी आकर्षित झाला. त्याच्याही मनात आता चाणक्य आणि चंद्रगुप्ताचा सूड उगवण्याचे विचार घर करू लागले.

राक्षसाने त्याला सैन्य उभारण्यास सांगितले. मलयकेतू लगेच त्या दिशेने तयारीला लागला. त्याचबरोबर अजूनही स्वतंत्र असलेल्या पाच गणराज्यांच्या राजांनाही त्यांच्या सेनेसह आपल्याकडे खेचून आणले. त्यामुळे त्याची सैन्यसंख्या चांगलीच वाढली. मग राक्षसाच्या मार्गदर्शनाखाली त्याने आपल्या सैन्यासह राजधानी पाटलीपुत्राकडे वाटचाल सुरू केली.

याच सुमारास राक्षसाने आणखी एक चाल केली. त्याने शिकवून तयार केलेला एक भाट चंद्रगुप्ताकडे धाडला. त्याने चंद्रगुप्ताची भरमसाट स्तुती केली. तू

कर्तबगार आहेस, हुशार आहेस, राजनीतिशास्त्र आणि युद्धशास्त्र या दोन्हींवर तुझे प्रभुत्व आहे आणि तू स्वत:च्या कर्तबगारीवर सम्राट झाला आहेस पण लोकांना वाटते की, आचार्य चाणक्यांमुळे तू सम्राट झाला आहेस— वगैरे. त्याचा म्हणजे राक्षसाचा हेतू होता चाणक्य आणि चंद्रगुप्त यांच्यात भांडण लावण्याचा.

राक्षसाची चाल आचार्य चाणक्यांच्या लक्षात आली आणि त्यांनी राक्षसावर मात करण्याचे ठरवून चंद्रगुप्ताला सुचविले की, आपण एकमेकांशी भांडायचे— अगदी कडकडून भांडायचे.

चंद्रगुप्ताने लगेच त्या गोष्टीला विरोध करताना सांगितले की, ते शक्य नाही.

मग आचार्यांनी त्याला त्यामागचे कारण समजावून दिले आणि त्यांनी कडाक्याचे भांडण करण्याचे नाटक केले आणि आचार्य चाणक्य व चंद्रगुप्तामध्ये भयंकर वादावादी व भांडण झाल्याची बातमी सगळीकडे पसरली. ती राक्षसापर्यंतही पोहोचली आणि त्यामुळे तो पुढच्या तयारीला लागला.

राक्षसाच्या सांगण्याप्रमाणे पाटलीपुत्राकडे ससैन्य निघालेल्या मलयकेतूने पाटलीपुत्रापासून काही अंतरावर छावणी टाकली होती. त्याच सुमारास आचार्य चाणक्यांनी राक्षसाने ज्या चंदनदास जव्हेरीच्या घरी आपल्या बायकोला मुलांसहित ठेवले होते, त्या चंदनदासाला आणि राक्षसाचा उजवा हात असलेला शकटदास या दोघांनाही अटक केली आणि शकटदासाला चंद्रगुप्ताच्या हत्येचा कट रचल्याच्या आरोपाखाली सुळी देण्याची शिक्षा सुनावली. त्याला सुळाकडे नेत असतानाच चाणक्यांचा उजवा हात असलेल्या सिद्धार्थक या गुप्तहेराने त्याची सुटका करून त्याला पळवून नेले, ते थेट राक्षसाकडे. ही चाणक्यांची आगळीवेगळी चाल होती.

अर्थात यामुळे शकटदास आणि राक्षसाचा तो उजवा हात बनला. काही दिवसांतच चंद्रगुप्तावर बरेच सैन्य घेऊन हल्ला करण्याच्या तयारीत आलेल्या मलयकेतूच्या छावणीतून चुपचाप बाहेर पडण्याच्या तयारीत असलेल्या सिद्धार्थकाला मलयकेतूच्या सैनिकांनी पकडले आणि त्याला मलयकेतूसमोर उभे केले. त्याची चौकशी केली असता त्या पठ्ठ्याने चक्क मलयकेतूला सांगितले की, राक्षसाचे एक गुप्त पत्र घेऊन मी चंद्रगुप्ताला देण्यासाठी चाललो होतो. मलयकेतूने ते पत्र घेतले. त्यात राक्षसाने चंद्रगुप्ताला चक्क लिहिले होते की, तू आणि मी मिळून तुझ्यावर हल्ला करण्यासाठी सज्ज असलेल्या मलयकेतूवर आक्रमण करून त्याला अटक करू, त्याच्याबरोबर असलेले राजेही या प्रयत्नात आपल्याला साथ देणार आहेत. महत्त्वाचे म्हणजे, या पत्राखाली प्रत्यक्ष राक्षसाची मुद्रा छापलेली होती. त्यामुळे त्या पत्राबद्दल मलयकेतूच्या मनात कोणतीही शंका आली नाही. चाणक्यांनी त्यांच्या हाती

आलेल्या राक्षसाच्या मुद्रेचा असा उपयोग करून घेतला होता.

मग काय— मलयकेतू भयंकर भडकला आणि आधी त्याने त्याच्या साथीला आलेल्या पाचही राजांची हत्या केली, मग त्याने राक्षसाला बोलावणे धाडले. मलयकेतूची आतापर्यंत राक्षस आपल्याला फसवीत आला आहे, याची खात्रीच पटली होती. आचार्य चाणक्य यांचे आणखी दोन गुप्तहेर मयलकेतूच्या छावणीत वावरत होते. एक होता भागुनारायण, तर दुसरा होता जीवसिद्धी. जीवसिद्धी हा जैन मुनीच्या वेशात वावरत होता. या दोघांनीही मलयकेतूचा विश्वास संपादन केल्यानंतर त्याला सावकाश पटवून दिले की, त्याच्या वडिलांच्या म्हणजेच राजा पोरसच्या आणि काकांच्या मृत्यूला राक्षसच कसा जबाबदार आहे.

यामुळेच बोलावल्याप्रमाणे राक्षस जेव्हा त्याच्या समोर येऊन उभा राहिला, तेव्हा त्याचे माथेच भडकले आणि त्याने राक्षसाला ओरडूनच विचारले,

"मी तुझ्यावर इतका विश्वास टाकला आणि तू माझा विश्वासघात केलास? मी काय बिघडवले होते तुझे? आता मात्र मी तुला संधी देणार नाही. ताबडतोब चालता हो माझ्या नजरेसमोरून आणि पुन्हा तोंड दाखवू नकोस मला. जा— जा, चालता हो इथून..."

कावराबावरा झालेला राक्षस काही न बोलता खाली मान घालून तिथून बाहेर पडला. 'करायला गेलो एक आणि झाले भलतेच' अशी त्याची अवस्था झाली. खरे म्हणजे, आचार्य चाणक्यांनी त्याची पावले ओळखून त्याचा डाव त्याच्यावरच उलटविला होता. राक्षस तिथून निघाला तो रानोमाळ भटकत राहिला.

इकडे आचार्य चाणक्यांना राक्षस हवा होता. ते राक्षसाचे कर्तृत्व ओळखून होते. राक्षसाला चंद्रगुप्ताकडे खेचून आणायचे, तर त्यांच्यासमोर एकच मार्ग होता आणि त्यांनी तेच केले. तो मार्ग म्हणजे— ज्या चंदनदास सराफाच्या घरी राक्षसाने आपली बायको आणि मुलांना ठेवले होते, त्या चंदनदासाला नुसते ताब्यात घेतले असे नाही, तर त्याला सुळावर देण्याची शिक्षा फर्मावली. दिवसही पक्का केला आणि ही बातमी आपल्या गुप्तहेरांमार्फतच रानावनात भटकणाऱ्या राक्षसाच्या कानांवर जाईल, याची व्यवस्था केली.

इकडे आचार्यांनी अमात्य राक्षसाला खेचून आणण्यासाठी व्यवस्था केली होती, तर त्याच सुमारास मगध ताब्यात आल्यावर सम्राटपदी विराजमान झालेल्या चंद्रगुप्ताने आपल्या राज्याचा विस्तार केला होता. त्याचे साम्राज्य केव्हाच सिंधुपार पोहोचले होते आणि आता नर्मदा नदीच्या उत्तरेचा सारा भारत एक सशक्त देश म्हणून त्याच्या वर्चस्वाखाली आलेला होता. भविष्यात आचार्यांच्या मनातील अखंड

भारत निर्माण होत होता आणि त्यांच्या मार्गदर्शनाखाली अत्यंत गुणवान कर्तबगार, युद्धशास्त्रात प्रवीण असलेल्या चंद्रगुप्ताने आपल्या साम्राज्याची अत्यंत योग्य आणि आदर्श अशी राज्यव्यवस्था सुरू केली. राजा कसा नसावा याचे उदाहरण दुष्ट, लोभी धनानंदाच्या रूपाने मगध प्रजेने अनुभवले होते; तर आता आदर्श राजा कसा असावा, हे चंद्रगुप्ताच्या रूपाने ती अनुभवत होती. म्हणून प्रजा आनंदात होती.

चंद्रगुप्ताने आपल्या राज्यव्यवस्थेत निरनिराळे विभाग स्थापन केले होते आणि प्रत्येक विभागावर अत्यंत कर्तव्यदक्ष व लायक असे अधिकारी नेमले होते. त्यांना त्या विभागाचा अध्यक्ष म्हणत असत. हे सर्व आचार्य चाणक्यांच्या मार्गदर्शनानुसार चाललेले होते. असे एकूण चोवीस अध्यक्ष होते. शिवाय राज्यकारभारात चालढकल, अप्रामाणिकपणा, लाचखोरी आदी कोणी करू नये म्हणून अत्यंत कुशल अशा गुप्तहेरांचीही नेमणूक केलेली होती. एकूणच, चंद्रगुप्ताचे राज्य म्हणजे आदर्श राज्यव्यवस्था असून सर्वच क्षेत्रे प्रभावीपणे कार्य करीत होती.

या राज्यव्यस्थेचा प्रमुख म्हणजे स्वत: राजा कसा असावा याचेही मार्गदर्शन आचार्यांनी चंद्रगुप्ताला केलेले होते. त्यांनी खालील श्लोकातच जनतेची- प्रजेची सेवा करणाऱ्या आदर्श राजाचे कर्तव्य सांगून त्याप्रमाणे चंद्रगुप्ताने वागावे, अशी अपेक्षा व्यक्त केली होती. तो श्लोक असा—

'प्रजासुखे सुखं राज्ञा: प्रजानां च हिते हितम् ।
नात्मीप्रियं हितं राज्ञ:, प्रजानां तु प्रियं हितम् ।।'

म्हणजे प्रजेच्या सुखात राजाचे सुख असते आणि प्रजेच्या हितातच राजाचे हित असते. राजाचे हित स्वार्थ साधण्यात नसते, तर ते प्रजेला सुखी करण्यात असते.

आणि चंद्रगुप्ताने हे तत्त्व कधीही नजरेआड केले नाही.

चंद्रगुप्ताने आचार्यांच्या मार्गदर्शनाखाली आपल्या सेनादलातही सुधारणा घडवून आणल्या. सैनिकांना प्रशिक्षण व घोडदलाच्या सैनिकी कारवायांचे प्रशिक्षण याचबरोबर त्याला सिकंदराच्या आक्रमणाचे वेळी पोरसच्या हत्तींनी जो गोंधळ घातला तो त्या हत्तींच्या गंडस्थळावर आणि शरीराच्या समोरच्या भागावर झालेल्या जखमांमुळे त्यांनी चवताळून मागे वळून आपल्याच सैनिकांना चिरडले— तसे होऊ नये म्हणून हत्तींच्या गंडस्थळावर आणि शरीरावर आधी कापडी आणि मग पोलादी संरक्षक कवच बसविले. असे हजारो हत्ती त्याने तयार करून घेतले. आपले रथही अवजडपणामुळे वेगवान आणि मोकळी हालचाल करू शकत नाहीत, हे लक्षात घेऊन ते शक्य तितके हलके करून घेतले. शिवाय धनुर्धारी सैनिकांजवळचे धनुष्यही वजनदार होते,

तेही हलके आणि वेगवान युद्धतंत्रात सहज हाताळता येतील असे करून घेतले. हत्तीच्या सोंडेला काटेरी साखळ्या बांधल्या, त्यामुळे ते शत्रूच्या सैनिकांना जखमी करणार होते.

चंद्रगुप्ताची ही तयारी चालू असतानाच अमात्य आचार्य चाणक्यांनी चंदनदासाला पकडून त्याला सुळावर देणार असल्याची बातमी रानावनात भटकत असलेल्या राक्षसाचे कानावर जाईल अशी व्यवस्था आपल्या गुप्तहेरांकडून करवून घेतली होती. त्याचा योग्य तो उपयोग झाला आणि आपला मित्र व आपल्या बायको मुलांना आश्रय देण्याऱ्या चंदनदास याला सुळावर चढविण्यात येणार असल्याचे कळताच धावपळ करीत तो पाटलीपुत्रात शिरला. चंदनदासाला सुळावर चढविण्यासाठी जी तयारी चालली होती, त्या ठिकाणी धापा टाकीत आला. चंदनदासला नेमके त्या वेळीच सुळावर चढविण्यासाठी आणण्यात आले होते. ते पाहून राक्षस ओरडायला लागला...

"थांबवा, थांबवाऽऽ ती कारवाई! चंदनदासाला सुळी देऊ नका. मी... मी राक्षस... आलो आहे आणि मी त्याच्या जागी सुळी जायला तयार आहे..."

त्याचा आरडाओरडा ऐकून एका सेवकाने धावत जाऊन चंद्रगुप्त आणि त्या वेळी अमात्यपदावर असलेल्या आचार्य चाणक्यांना राक्षस आल्याची बातमी दिली. ते दोघेही ताबडतोब तिथे आले. मासा गळाला लागला होता. चंद्रगुप्त तिथे येताच त्याने राक्षसाला विनम्रपणे अभिवादन केले. चंद्रगुप्तासारख्या तरण्याबांड तेजस्वी राजाचे ते वागणे पाहून राक्षस भारावून गेला. त्याच्या अभिवादनाचा राक्षसानेही स्वीकार केला.

आचार्यांनी त्याला विचारले, "बोला अमात्य राक्षस, आम्ही आपणासाठी काय करू शकतो?"

राक्षस म्हणाला, "आचार्य, अमात्य तर आपण आहात! मी आपणास विनंती करतो की, या निरपराध चंदनदासाला सोडून द्यावे आणि त्याऐवजी मला सुळी द्या..."

ही राक्षसाची विनंती हाता-पायात साखळदंड असलेल्या चंदनदासाला समजताच तो ओरडला-

"मुळीच नाहीऽऽ आचार्य मी, सुळी जायला तयार आहे. राक्षसाला मुळीच सुळी देऊ नका."

त्याचे ते शब्द ऐकून आचार्यांना राक्षस म्हणाला,

"आचार्य, त्याचे तुम्ही मुळीच ऐकू नका; मलाच सुळी द्या."

आचार्य म्हणाले,

"राक्षसा, चंदनदासाला मी सोडायला तयार आहे, पण एका अटीवर..."

"बोला आचार्य, कोणती अट आहे आपली...?"

आचार्य म्हणाले, "माझी अट अशी आहे की, तू या सम्राट चंद्रगुप्ताचे अमात्यपद आनंदाने स्वीकारले पाहिजेस."

"काऽऽऽय?" राक्षस आश्चर्याने म्हणाला आणि क्षणभर थांबून म्हणाला, "आचार्य, मला विचार करायला थोडा वेळ द्या."

राक्षस जरा बाजूला होऊन चंदनदासाजवळ गेला आणि त्याच्याशी बोलू लागला. तेवढ्यात चंद्रगुप्ताने अमात्य झालेल्या आपल्या गुरूंना विचारले,

"आचार्य, आपण राक्षसाला..."

"होय चंद्रगुप्ता, तुझ्या मनातील शंका मी ओळखली. ज्या राक्षसाने तुला मारण्यासाठी सतत प्रयत्न केले, त्याचीच निवड मी तुझ्या अमात्यपदासाठी कशी केली— हा विचार तुझ्या मनात येणे स्वाभाविक आहे; पण हे लक्षात ठेव की, ती कारवाई ही त्याने सूड उगवण्यासाठी केली होती. तुझ्यामुळे त्याचे मगधावरील अधिकारपद गेले होते. पण हेही लक्षात घे की— लोभी, लंपट, क्रूर धनानंदासारखा राजा असूनही या राक्षसानेच मगधचा कारभार सांभाळला होता. राजाशी एकनिष्ठ राहणे, हा त्याचा मोठा गुण आहे. तो राजनीतिज्ञ आहे. शिवाय शकदालासारख्या माजी महामंत्र्याला राजाने कडक शिक्षा देऊनही या राक्षसानेच त्यांची शिक्षा सौम्य केली होती. तो अत्यंत गुणी आणि विश्वासू आहे."

चंद्रगुप्ताने मान डोलावली. तेवढ्यात राक्षस आला आणि म्हणाला, "आचार्य, मी तयार आहे."

"या महोदय, उद्या राजदरबारात आपण आपले पद स्वीकारा."

दुसऱ्या दिवशी राजदरबारात चंद्रगुप्ताने राक्षसाचे स्वागत करून त्यांना सन्मानाने अमात्यपदाच्या आसनापर्यंत नेले आणि आचार्य चाणक्य मोकळे झाले. त्यांनी अमात्यपद तात्पुरते सांभाळले होते. सम्राट चंद्रगुप्ताला आचार्य चाणक्यांच्या योग्य त्या कारवाईमुळे राक्षसासारखा अत्यंत कुशल राजनीतिज्ञ असा अमात्य मिळाला. त्यांचा तो कार्यक्रम पूर्ण होत आहे तोपर्यंत चंद्रगुप्ताचे जे सेनानी नाटक करून मलयकेतूला सामील झाले होते, त्या सेनानींनी मलयकेतूला पकडून चंद्रगुप्तासमोर हजर केले.

त्याला पाहताच आचार्यांनी अमात्य राक्षसालाच विचारले, "अमात्य या मलयकेतूला सम्राट चंद्रगुप्ताच्या विरुद्ध कट करण्याच्या आरोपावरून धरून आणण्यात आलेले आहे. त्याला काय शिक्षा करायची, ते तुम्हीच सांगा-"

अमात्य राक्षस म्हणाले,

"आचार्य आणि सम्राट चंद्रगुप्त महाराज या मलयकेतूने जे काही केले ते माझ्या सांगण्यावरूनच केले होते; त्यात त्याचा काहीही दोष नाही. म्हणून माझी विनंती आहे की, त्याला सोडून देण्यात यावे."

आचार्यांनी व चंद्रगुप्तानेही होकारार्थी मान हलविली आणि त्यांनी मलयकेतूला मुक्त करण्याची आज्ञा दिली.

मलयकेतूने सर्वांनाच विनम्रपणे अभिवादन केले. त्यावर चंद्रगुप्त म्हणाला, "मलयकेतू, तुमच्या पिताजींचे म्हणजेच राजा पोरसचे राज्य तुमच्या हवाली करण्यात येत आहे. ते अर्थातच माझ्या साम्राज्यात विलीन करण्यात आलेले आहे. आपण तिथे आमच्या वतीने राज्य करावे. मान्य आहे ना?"

मलयकेतू लगेच म्हणाला, "मान्य आहे, आनंद आहे."

मलयकेतूचे बोलणे संपते न संपते तोच आचार्यांचे दोन गुप्तहेर समोर आले आणि त्यांनी आचार्यांना सांगितले,

"अलेक्झांडर ऊर्फ सिकंदराच्या मृत्यूनंतर बॅबिलोनचा ताबा ज्याने मिळविला— त्याला चंद्रगुप्तमहाराजांनी भारतातील त्याच्या क्षेत्रपालांना हुसकावून लावून तो भाग जिंकून घेतल्याची खबर मिळाली आहे— आणि त्यामुळे संतापून त्याने भारतावर आक्रमण करण्याची तयारी सुरू केली असून तो भारताच्या दिशेने निघत आहे.

ते ऐकून चंद्रगुप्तानेही आपल्या सर्व सेनानींना उत्तरेकडे निघण्याचे आदेश देऊन स्वत:ही त्या युनानी सेनानी बॅबिलोनचा सेल्युकस निकेटरच्या आक्रमणाला रोखण्यासाठी निघण्याची तयारी केली आणि लगेच त्या दिशेने प्रस्थान केले.

●●●

९

सेल्युकसचे आक्रमण आणि पराभव

सिकंदराच्या मृत्यूनंतर बॅबिलोनचा ताबा मिळविणारा सेल्युकस निकेटर भारताविषयीचा विचार करीत होता. त्याला जेव्हा कळले की, सिकंदराने भारतात जिंकलेला सर्व प्रदेश भारतात नव्याने उदयाला आलेल्या कोणा चंद्रगुप्त नावाच्या राजाने परत जिंकून घेतला आहे आणि सिकंदराने तिथे नेमलेल्या युनानी क्षेत्रपालांना त्याने एक तर ठार केले किंवा हुसकावून लावले आहे; तेव्हा त्याच्या तळपायाची आग मस्तकाला भिडली आणि त्याने वल्गना केली की, मी तो भारताचा प्रदेश परत तर मिळवीनच शिवाय सिकंदर जसा मगधच्या सीमेवरून परत फिरला तसा मी परत फिरणार नाही, मी मगधसुद्धा जिंकून घेऊन बाकी भारतावरही ताबा मिळवीन!

प्रचंड सैन्य घेऊन तो लढवय्या सेल्युकस निकेटर भारताकडे निघाला. त्याचे नाव केवळ सेल्युकस होते, पण त्याच्या आईने त्याला 'निकेटर' ही पदवी दिलेली होती. निकेटर म्हणजे विजय मिळविणारा. तेव्हापासून तो सेल्युकस निकेटर म्हणून ओळखला जाऊ लागला होता. मजल-दर मजल करीत तो भारताच्या उत्तर-पश्चिम भागात घुसला आणि त्याने समोर येऊन सिंधू नदीच्या पश्चिम किनाऱ्यावर छावणी उभारण्यास सुरुवात केली. सिंधू नदी तिथे उत्तर-दक्षिण वाहते.

इकडे आपल्या राज्याची नीट व्यवस्था लावून संपूर्ण चतुरंग सेनेचे आधुनिकीकरण करून चंद्रगुप्तही त्याचे हत्तीदल, रथ, घोडदल आणि पायदल घेऊन आक्रमक सेल्युकसचा सामना करण्यासाठी उत्तरेकडे निघाला होता. तो सिंधू नदीच्या पूर्व किनाऱ्यावर येऊन स्थिरावत असतानाच त्याने सिंधू नदीच्या पश्चिम किनाऱ्यावर सेल्युकस आपली छावणी उभारत असल्याचे पाहिले. चंद्रगुप्ताबरोबर त्याचे गुरू आचार्य चाणक्यही होतेच. त्यांनी आपल्या उत्तर-पश्चिमेच्या राज्यातील लढवय्या जमातींचे सैन्यही बोलावून घेतले होतेच. सुदैवाने चंद्रगुप्ताला युनानी युद्धपद्धतीच्या युद्धतंत्राचा चांगलाच अनुभव सिकंदराने पोरसच्या राज्यावर आक्रमण केले, तेव्हा

आलेला होताच. कारण आचार्यांच्या सूचनेवरून तो त्या वेळी पोरसच्या मदतीला धावून गेला होता. त्यामुळे पूर्व किनाऱ्यावर बसून सेल्युकसच्या सैन्याच्या हालचाली चंद्रगुप्त न्याहाळत होता. त्या दोन्ही सैन्यांत लहान-लहान चकमकी झडत होत्या.

जसाजसा वेळ जात होता तसतसा सेल्युकस बेचैन होत होता, कारण त्याच्या रसदीवर ताण पडत होता. रसदमार्गही लांबला होता. चंद्रगुप्ताची परिस्थिती याच्या

चंद्रगुप्ताचा सेल्युकसवर तिहेरी हल्ला सेल्युकसची शरणागती

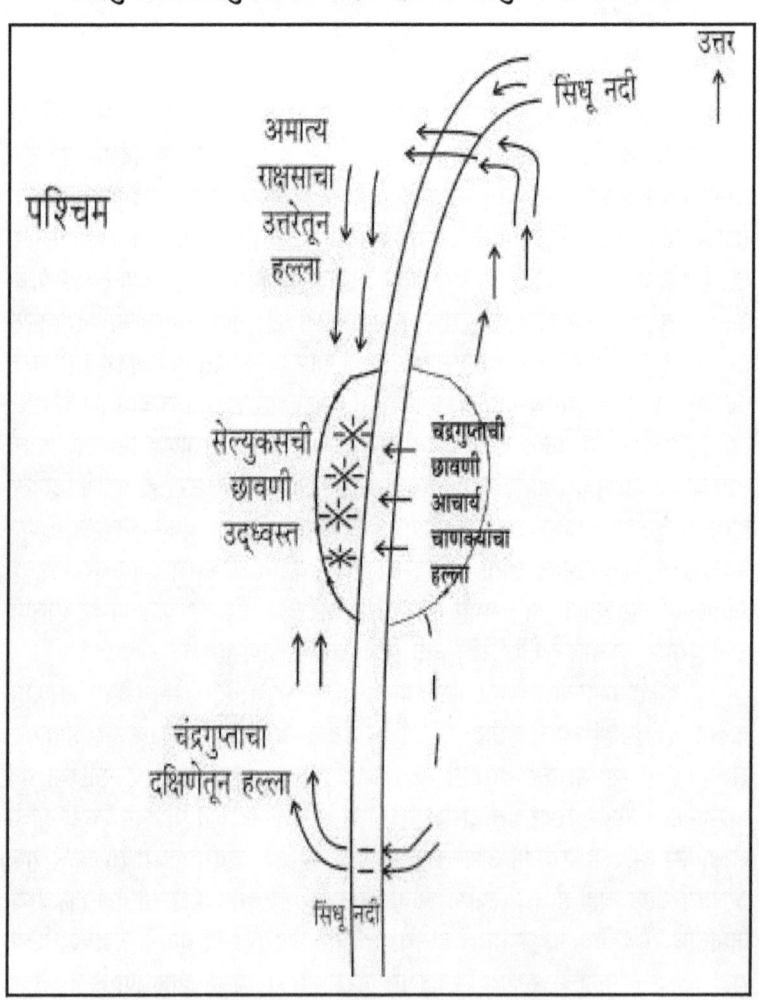

अगदी उलट होती. दिवसेंदिवस त्याची कुमक वाढली होती आणि तो आपल्याच राज्यात होता. या परिस्थितीत सेल्युकस काही तरी धाडसाची कारवाई करेल, याची चंद्रगुप्ताला कल्पना होती. म्हणूनच त्याने आपल्या छावणीच्या उत्तरेला पंचवीस मैल व दक्षिणेला पंचवीस मैल नजर ठेवण्यासाठी गस्ती-पथके तयार केलेली होती आणि ती पथके चोवीस तास डोळ्यांत तेल घालून सेल्युकसच्या हालचालींवर नजर ठेवून होती. 'सेल्युकसने काही लष्करी हालचाल केलीच, तर मला ताबडतोब खबर मिळाली पाहिजे' अशा सूचना त्याने आपल्या गस्ती-पथकांच्या प्रमुखांना देऊन ठेवल्या होत्या आणि एके दिवशी त्याला खबर मिळाली—

सेल्युकसच्या सैन्याच्या तुकड्या छावणीच्या दक्षिण दिशेला वीसएक मैल जाऊन अनेक नावांच्या साह्याने सिंधू नदी ओलांडण्याच्या प्रयत्नात आहेत. त्याने आपल्या सैन्याच्या पाच-पाच तुकड्या सिंधूच्या दक्षिणेला किनाऱ्यापासून वीस मैल पूर्वेला आत जाऊन खाली जाण्यासाठी धाडल्या आणि त्यांना दाट जंगलात दडून बसण्यास सांगितले. असे दहा हजार लढवय्ये सैनिक सिंधूच्या पूर्व किनाऱ्यावर दक्षिणेला जाऊन वीस मैलांवर घनदाट जंगलात दडून बसले आणि स्वत: लढवय्या चंद्रगुप्त त्यांच्यासोबत गेला. तो नुसता आदेश देणारा सम्राट नव्हता, त्याला अलेक्झांडरने पोरसच्या विरोधात जी चाल खेळली होती तिची आठवण झाली. सेल्युकस त्याच पावलांवर पाऊल टाकून खेळी खेळत होता.

अखेर सेल्युकसचा संयम संपला आणि त्याने सिंधू नदीच्या दक्षिणेला जवळजवळ पंधरा हजार सैनिक धाडून त्यांना सिंधू नदी ओलांडून पूर्व किनाऱ्यावर उतरून चंद्रगुप्ताच्या छावणीवर- दक्षिण फळीवर- हल्ला करण्याची सूचना दिली. चंद्रगुप्ताच्या अपेक्षेप्रमाणे घडत होते.

चंद्रगुप्त स्वत: नेतृत्व करीत असलेल्या दहा हजारांच्या तुकडीने चंद्रगुप्ताच्या आदेशानुसार सेल्युकसच्या युनानी सैनिकांना नावांमधून पूर्व किनाऱ्यावर उतरू दिले आणि ते किनाऱ्यावर सावरत असतानाच चंद्रगुप्ताने घनदाट जंगलातून बाहेर पडून सेल्युकसच्या सैन्यावर जोरदार हल्ला केला. सेल्युकसच्या सैन्याला असे काही होईल याची मुळीच कल्पना नव्हती. ते पूर्णपणे बेसावध होते. चंद्रगुप्ताच्या वीरांनी पूर्ण आत्मविश्वासाने हल्लाबोल करून युनानी सैनिकांची कत्तल सुरू केली. सेल्युकसचे जवळजवळ पाच हजार सैनिक मारले गेले. त्याच वेळी चंद्रगुप्ताच्या वीरांनी त्याच्या सूचनेवरूनच नावांतून नदी ओलांडण्याच्या प्रयत्नात असलेल्या युनानी सैनिकांच्या नावांवर अग्निबाणांचा वर्षाव करून शस्त्रास्त्रे आणि सैनिकांसह, घोड्यांसह येणाऱ्या नावा नदीपात्रातच पेटवून दिल्या. नावांना आगी लागताच आतील घोडे बिथरले

सेल्युकसचे आक्रमण आणि पराभव ❖ ११७

आणि नावांमध्येच ते थयथया नाचून गोंधळ घालायला लागले. त्यामुळे त्या पेटत्या नावा बुडाल्या. शस्त्रास्त्रे, सैनिक, घोडे सगळे पाण्यात वाहून गेले. सेल्युकसचे अतोनात नुकसान झाले.

दक्षिणेत हे घडत असतानाच चंद्रगुप्ताच्या मुख्य छावणीतून हजारो सैनिक सिंधू नदी ओलांडून सरळ समोरच्या छावणीवर तुटून पडले. त्याच वेळी दक्षिणेत विजय मिळविलेल्या आपल्या सैन्यासह चंद्रगुप्त पश्चिम किनाऱ्यावर आला आणि दक्षिणेकडून वर सरकून तो सेल्युकसच्या मुख्य छावणीवर दक्षिणेकडून तुटून पडला. त्याच वेळी त्याच्या छावणीतून उत्तरेकडे गेलेल्या सैनिकांच्या तुकड्या नदी ओलांडून दक्षिणेकडे आल्या आणि उत्तरेकडून सेल्युकसच्या छावणीवर जोरदार हल्ला केला. याचे नेतृत्व अमात्य राक्षस करीत होते. त्यांनी आपल्याबरोबर एक हजार हत्तीही घेतले होते. हत्तीच आधी समोर घुसले.

त्याच वेळी आचार्य जे मधल्या छावणीत होते, त्यांनी त्यांच्या समोरच पैलतीरावर असलेल्या सेल्युकसच्या छावणीकडे शेकडो नावांमधून झेप घेतली. सेल्युकस आता तिन्ही बाजूंनी घेरला गेला होता. तिन्ही हल्ले अगदी नियोजित आणि वेळा ठरवून केलेले असल्याने अगदी एकाच वेळी त्वेषाने आणि जोरदार झाले. सेल्युकसचे सैन्य बावरले, उधळले. दक्षिणेकडून सेल्युकसच्या पंधरा हजार सैनिकांना उद्ध्वस्त करून वर आलेले चंद्रगुप्ताच्या नेतृत्वाखालील सैन्य, तर उत्तरेकडून दक्षिणेकडे घुसलेले अमात्य राक्षसाच्या नेतृत्वाखालील भारतीय वीर आणि सिंधूच्या पूर्व किनाऱ्यावर पश्चिम किनाऱ्यावरून उतरलेले आचार्य चाणक्य यांच्या मार्गदर्शनाखालील भारतीय सेनादलाची तुकडी— या तिन्ही भारतीय दलांनी एक समयावच्छेदेकरून सेल्युकसच्या छावणीवर जोरदार हल्लाबोल केला. सेल्युकसच्या गोंधळलेल्या सैनिकांची त्यांनी भयंकर कत्तल केली. भारतीय हत्तींनी तर युनानी सैनिकांना पळता भुई थोडी केली. भारत जिंकण्याचे स्वप्न उराशी बाळगून तशी वल्गना करून आलेला सेल्युकस निकेटर पार खचला. त्याच्या सेनानींनी त्याला सुचविले की, आता उरलेल्या सैनिकांचे प्राण वाचवावयाचे असतील, तर तहाची बोलणी करावी.

सेल्युकसलाही तोच मार्ग सोईस्कर वाटला आणि त्याने चंद्रगुप्ताकडे तह करण्याची विनंती करणारा निरोप धाडला. आचार्य चाणक्य आणि चंद्रगुप्ताने त्याची विनंती मान्य केली आणि आधी सर्व सैनिकांना शस्त्रे खाली ठेवण्याचा संदेश देऊन त्याला चर्चेसाठी आपल्या छावणीत बोलावले. लगेच दुसऱ्या दिवशी सेल्युकस त्याच्या निवडक सेनानींसह आणि त्याची सुरेख कन्या कार्नालिया त्याच्याबरोबर होती. चंद्रगुप्ताच्या शौर्याबद्दल तिने आधीच ऐकले होते.

चर्चेच्या वेळी आचार्य चाणक्य, चंद्रगुप्त, अमात्य राक्षस यांच्या सोबत मोजके सेनानी हजर होते. चर्चेची सुरुवात करतानाच चंद्रगुप्ताने सेल्युकससमोर पहिली अट ठेवली. ती म्हणजे— त्याने जिंकलेले कंधार, काबुल, हेरात आणि

सेल्युकसचे आक्रमण आणि पराभव

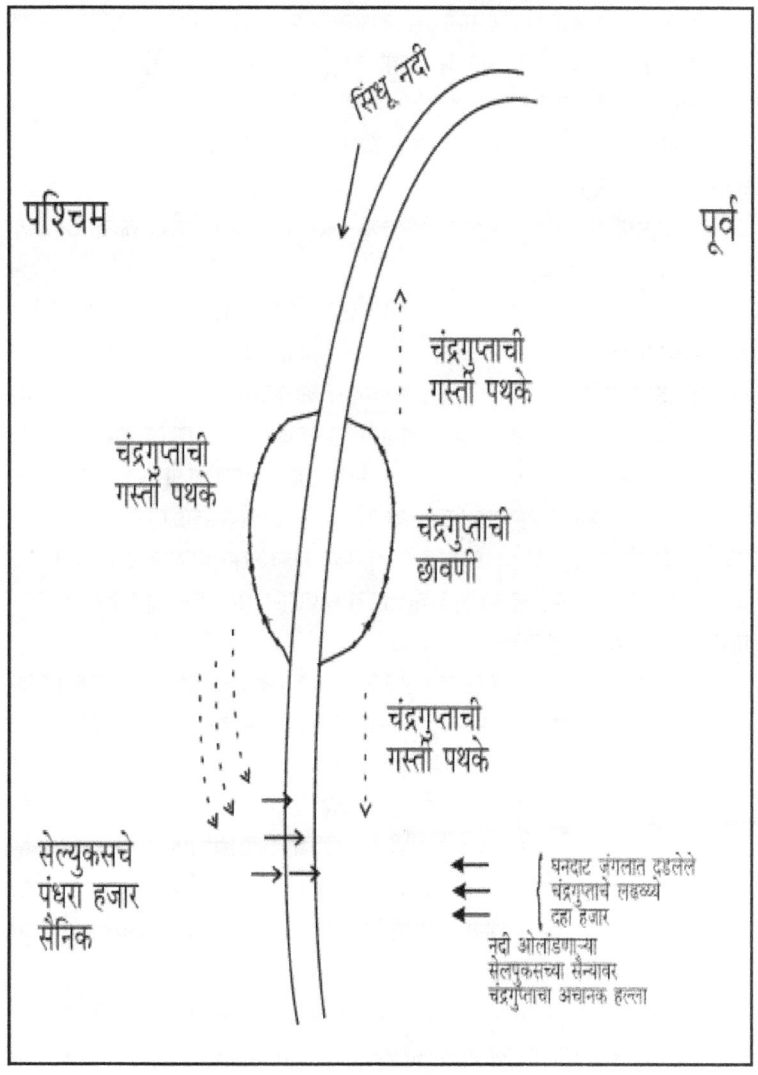

सिंधू नदी
पश्चिम
पूर्व
चंद्रगुप्ताची
गस्ती पथके
चंद्रगुप्ताची
गस्ती पथके
चंद्रगुप्ताची
छावणी
चंद्रगुप्ताची
गस्ती पथके
सेल्युकसचे
पंधरा हजार
सैनिक
घनदाट जंगलात दडलेले
चंद्रगुप्ताचे लढव्ये
दहा हजार
नदी ओलांडणाऱ्या
सेलयुकसच्या सैन्यावर
चंद्रगुप्ताचा अचानक हल्ला

बलुचिस्तान हे चार प्रांत चंद्रगुप्ताला द्यायचे. सेल्युकसने क्षणभर विचार केला. त्याच्या सेनानींनी होकारार्थी माना डोलावल्या. सेल्युकसने लगेच ती अट मान्य झाल्याचे सांगितले आणि बैठकीतील ताण कमी झाला. पहिल्या महत्त्वाच्या अटीची मान्यता सेल्युकसकडून मिळताच चर्चेच्या बैठकीचे वातावरण निवळले. त्याच वेळी आचार्य चाणक्यांनी सेल्युकससमोर नवा प्रस्ताव ठेवला.

आचार्य म्हणाले, "युनानी सम्राट सेल्युकस, आता आपले मित्रत्वाचे संबंध प्रस्थापित झालेले आहेत. म्हणून माझी अशी विनंती आहे की, आता आपले कौटुंबिक संबंध प्रस्थापित व्हावेत..."

सेल्युकस संभ्रमात पडला. त्याने विचारले, "आचार्य - मी समजलो नाही? कृपया स्पष्टपणे सांगा"

आचार्य म्हणाले, "सम्राट सेल्युकस, आपण आपली सुरेख कन्या आमच्या सम्राट चंद्रगुप्ताला द्यावी..."

सेल्युकसने आपल्या कन्येकडे पाहिले. ती त्या वेळी तरुण, सुरेख योद्धा असलेल्या चंद्रगुप्ताकडे पाहत होती. वडिलांनी तिला चंद्रगुप्ताबद्दल विचारताच तिने लाजून मान खाली घातली. ते पाहून सेल्युकस काय समजायचे ते समजला. त्याने आचार्यांचा तो प्रस्तावही मान्य केला. युनानी सम्राट आणि तरणाबांड भारतीय सम्राट कौटुंबिक बंधनात बांधले गेले. चंद्रगुप्ताने सेल्युकसला पाचशे हत्ती भेट म्हणून दिले.

चंद्रगुप्ताशी प्रस्थापित झालेल्या संबंधांनी सेल्युकसचा एक मोठा फायदा झाला. चंद्रगुप्तच्या मदतीने त्याने बॅबिलॉनवर हक्क सांगणारा त्याचा प्रतिस्पर्धी अँटिगोनस याचा सपशेल पराभव केला. तेव्हापासून सेल्युकसला चंद्रगुप्तविषयी खूपच आत्मीयता वाटू लागली.

उत्तर-पश्चिम सीमेवरील आपले उद्दिष्ट पूर्ण करून चंद्रगुप्त परतीच्या मार्गावर असताना त्याने सौराष्ट्र, राजस्थान, गुजरात ही राज्ये आपल्या साम्राज्यात सामील करून घेतली. त्यामुळे त्याचा उत्तर-पश्चिमेच्या सीमा आता अफगाणिस्तान-इराणला भिडल्या होत्या. त्याने काबुल, हैरात, गांधार आणि बलुचिस्तान या प्रांतांमध्ये आपले क्षेत्रपाल नेमले. त्याचप्रमाणे सौराष्ट्र, राजस्थान, गुजरातमधेही क्षेत्रपाल नेमले आणि मग आत्यंतिक समाधानाने तो राजधानी पाटलीपुत्रकडे निघाला. बरोबर आता जवळजवळ एक लाखाचे सैन्य, हजारो हत्ती-रथ आणि कित्येक हजारांचे घोडदल होते; तर अमात्य राक्षस आणि गुरू आचार्य चाणक्यही होतेच.

परतीच्या प्रवासाला सुरुवात होताच आचार्य चाणक्यांनी 'पाटलीपुत्रात' आपल्या कर्तृत्ववान पुत्राच्या बाबतीतील बातमीची उत्सुकतेने वाट पाहत असलेल्या चंद्रगुप्ताच्या

मातेला— म्हणजेच 'मुरा'ला कबुतराच्या माध्यमातून संदेश धाडला... 'तुमचा कर्तबगार पुत्र सम्राट चंद्रगुप्त आक्रमक सेल्युकसचा पराभव करून त्याच्याच सुंदर मुलीशी त्याने विवाह केला आहे आणि तुमच्या या सुनेसह तुमचा विजयी सुपुत्र लवकरच घरी परतत आहे.'

त्या प्रशिक्षित कबुतराने योग्य वेळी तो संदेश राजधानी पाटलीपुत्रात पोहोचवला आणि राजधानीत आनंदोत्सवाबरोबर विजयी चंद्रगुप्ताच्या स्वागताची तयारी सुरू झाली. सारे मगध राज्य तो आनंदोत्सव साजरा करीत होते.

राजधानीत पोहोचताच चंद्रगुप्ताचे यथायोग्य स्वागत झाले. त्यानेही त्याचा स्वीकार केला आणि आपल्या मातेच्या चरणस्पर्शाने तिचे आशीर्वाद घेऊन तो पुन्हा आचार्य चाणक्यांचे स्वप्न पूर्ण करण्यासाठी दक्षिणेत उतरला. त्याने कर्नाटक, मध्य प्रदेश, आंध्र व तेलंगण ही राज्ये साम्राज्यात सामील करून घेतली आणि गुरू आचार्य चाणक्यांचे अखंड भारताच्या निर्मितीचे स्वप्न त्याने पूर्ण केले.

अक्षरश: मातीतून उचललेल्या चंद्रगुप्ताला विद्वान चाणक्यांनी तक्षशिलेला नेऊन त्यावर हिऱ्याप्रमाणे पैलू पाडून त्याला अखंड भारत निर्माण करायला लावला आणि त्याला सम्राट बनवून त्याच्या मातेच्या स्वाधीन केले. मग तो महान, नि:स्पृह, कोणताही लोभ नसलेला विद्वान चाणक्य सत्तेच्या मोहात न अडकता आपले ज्ञानदानाचे मूळ कर्तव्य पार पाडण्यासाठी सर्वांचा निरोप घेऊन तक्षशिलेला रवाना झाला. चंद्रगुप्ताने त्यानंतर अखंड भारतावर पंचवीस वर्षे राज्य केले. चाणक्यांच्या तत्त्वाप्रमाणे राज्यरक्षणासाठी आवश्यक अशा संपत्ती निर्मितीची व्यवस्था योग्य अशी— पण प्रजेवर ताण पडणार नाही अशी करप्रणाली, समाजसुधारणा आदी गोष्टी आदर्श राज्यप्रमुखाप्रमाणे करून राज्य आपल्या पुत्राच्या हवाली करून तो निवृत्त झाला.

●●●

१०

कौटिल्याचे अर्थशास्त्र - परिचय

विद्वान आचार्य चाणक्यांच्या जीवनातील आता दुसरे महत्त्वाचे पर्व सुरू झाले होते. आपला शिष्य चंद्रगुप्त याच्यासाठी त्याच्याच द्वारे अखंड भारताचे साम्राज्य निर्माण करण्याच्या प्रचंड लढ्यातून आणि त्यानंतरही त्याच्यासाठी आदर्श राज्यव्यवस्था प्रस्थापित करताना त्या विद्वान चाणक्यांना जो प्रचंड अनुभव मिळाला होता, त्या सर्व अनुभवाचे चित्रण आचार्यांनी संस्कृत ग्रंथात नोंदविण्याचा उपक्रम हाती घेतला.

खरे म्हणजे, आचार्य चाणक्यांनी अखंड भारताच्या निर्मितीबरोबरच एका कर्तृत्ववान सम्राटाचीही निर्मिती करून जगाचे डोळे दिपविले होते. पण त्यांचे खरे नाव झाले ते त्यांच्या या 'अनुभवसिद्ध' ग्रंथामुळे. सुमारे चोवीसशे वर्षांपूर्वी त्यांनी लिहिलेला हा ग्रंथ मूळ स्वरूपात आजही उपलब्ध आहे. इतकेच नव्हे, तर त्याला आता जागतिक साहित्यात महत्त्वाचे स्थान मिळालेले आहे. त्यांच्या या ग्रंथाला नाव दिले 'अर्थशास्त्र' आणि चाणक्यांनी आपल्या कुळाचे गोत्रनाव 'कुटल' असल्याने त्या असामान्य ग्रंथाला 'कौटिल्य अर्थशास्त्र' हे सार्थ नाव दिले.

सर्वार्थाने 'अर्थ' या शब्दाला आधुनिक काळात संपत्तीशी संबंधित असे समजले जाते; पण चाणक्याच्या काळात 'अर्थ' या शब्दाला केवळ तोच अर्थ अभिप्रेत नव्हता. मानवी जीवनात जे चार पुरुषार्थ मानले जात असत, ते म्हणजे— धर्म, अर्थ, काम आणि मोक्ष हे होते. त्यांतील 'अर्थ' नावाने ओळखल्या जाणाऱ्या पुरुषार्थात दंडनीती, राजनीती, कौटुंबिक वारसा हक्क आदी मानवी जीवनाशी संबंधित सर्व व्यवहारांचा समावेश होत असल्याने 'अर्थशास्त्र' हे पूर्णपणे मानवी जीवनाशी संबंधी सगळ्याच सर्वसमावेशक बाबींवर भाष्य करणारे असे शास्त्र आहे, असे म्हटल्यास ते वावगे ठरू नये. आचार्य चाणक्यांच्या जीवनकार्यात अखंड भारताची निर्मिती, त्याच्यासाठी राजनीतिज्ञ युद्धशास्त्रप्रवीण अशा चंद्रगुप्तासारख्या कर्तबगार सम्राटाची निर्मिती आणि 'अर्थशास्त्र' अशा असामान्य ग्रंथाची निर्मिती यांचा

महत्त्वाचा समावेश आहे. यामुळेच त्यांचे नाव जगाच्या इतिहासात सुवर्णाक्षरांनी लिहिले जाऊन ते अजरामर झाले.

चाणक्यांच्या कौटिल्य अर्थशास्त्राच्या सखोल अभ्यासानंतर आपल्या नजरेसमोर चोवीसशे वर्षांपूर्वीच्या भारतातील संस्कृतीचे चित्र उभे राहते आणि आपल्या लक्षात येते की, आपल्याला ज्ञात असलेली हिंदू संस्कृती आणि चाणक्यांनी वर्णन केलेली तत्कालीन संस्कृती यांत बराच फरक आहे. आचार्य चाणक्यांच्या काळात वैदिक संस्कृती संपुष्टात येऊन धर्माच्या विडंबनाचा काळ सुरू झाला होता. धर्माच्या नावाखाली मंत्र, तंत्र, अभिचार, जारण, मारण आदी बाबींचे स्तोम माजलेले लक्षात येते. या गोष्टी लक्षात घेऊन कौटिलीय अर्थशास्त्रावर एक नजर टाकू या.

अर्थात संपूर्ण अर्थशास्त्रावर सखोल भाष्य न करता थोडक्यात त्याचे चित्रण करण्याचा हा प्रयत्न मी करीत आहे. जिज्ञासूंना यातून थोडी कल्पना येऊन आवश्यकता भासल्यास त्यांना संपूर्ण अर्थशास्त्राचे सखोल वाचन करता येईल.

'कौटिल्याचे अर्थशास्त्र' हा ग्रंथ म्हणजे भारताच्या इतिहासातील आर्य संस्कृतीची सखोल ओळख करून देणारा आणि तिच्या प्रगतीचे दर्शन घडविणारा एक अनमोल ग्रंथ आहे. अर्थात आचार्य चाणक्य यांच्या गोत्रामुळे त्यांचे नाव या ग्रंथाला लाभून तो 'कौटिल्य अर्थशास्त्र' म्हणून ओळखला जाऊ लागला असला, तरी कोणत्याही प्रकारच्या कुटिल राजनीतीबद्दल यात भाष्य नाही. आचार्य चाणक्यांनी या ग्रंथात त्यांच्या पूर्वीच्या आचार्यांची मते देऊन आपले वेगळे मत असल्यास त्यावर त्यांनी भाष्य केलेले आहे. आधी सांगितल्याप्रमाणे हिंदूंच्या जीवनपद्धतीतील धर्म-अर्थ-काम-मोक्ष या चार बाबींना महत्त्व आहे. पैकी चाणक्यांनी सदर ग्रंथात 'अर्थ' या विषयावर सखोल भाष्य केलेले आहे. म्हणूनच या ग्रंथाला एक आगळ्यावेगळ्या प्रकारचे धार्मिक अधिष्ठान प्राप्त झालेले आहे.

आपल्या भारतातील चोवीसशे वर्षांपूर्वीच्या तत्कालीन सांस्कृतीचे दर्शन 'कौटिलीय अर्थशास्त्र' वाचणाऱ्याला घडते आणि आपल्याला ज्ञात अशा हिंदू संस्कृतीत व चाणक्यांनी वर्णन केलेल्या संस्कृतीतील फरक ठळकपणे वाचकाच्या नजरेसमोर येतात. 'कौटिलीय अर्थशास्त्र' या ग्रंथाचा थोडक्यात परिचय करून घेण्याचा प्रयत्न करू.

'कौटिलीय अर्थशास्त्रा'त एकंदर पंधरा प्रकरणे असून एकूण अध्याय दीडशे आहेत. यांतील पहिली चार प्रकरणे विस्तृत असून त्यात दीडशेपैकी नव्वद अध्याय आहेत.

पहिल्या प्रकरणातील अध्यायांमध्ये राजाचे वर्तन कसे असावे याबाबत;

तसेच प्रजेच्या सुखातच राजाचे सुख असते, याबाबतच्या विवरणासह राजाच्या सुरक्षिततेच्या दृष्टिकोनातून राजवाड्याची रचना, त्याचे स्वत:चे विषप्रयोग आदींपासून शिवाय राजपुत्रापासूनही रक्षण कसे करावे यावर भाष्य केलेले आहे.

दुसऱ्या प्रकरणात बत्तीस अध्याय आहेत. यात राज्याचे विभाग, शासनव्यवस्था यांचा विचार केलेला आहे. शिवाय शेतीचा विकास, दुर्गरचना, अधिकाऱ्यांची परीक्षा, निवड, रत्नांची परीक्षा, पारख, बाजारनियंत्रण, वजने-मापे-अंतरे यांची कोष्टके, खाणकाम, खाणी, जकातीचे नियम, सूतकताईची मजुरी, मद्यपानबंदीबाबत, तसेच कत्तलखान्याविषयीचे नियम, जलवाहतुकीचे नियम, अश्वशाळा व घोड्यांची पारख, हत्तींची शिकवणूक, वन अधिकारी आणि नागरिकांची कर्तव्ये व जबाबदाऱ्या याबाबत सखोल चर्चा केलेली आहे.

तिसऱ्या प्रकरणात एकोणीस अध्याय असून यात सामाजिक कायद्यांविषयक सविस्तर चर्चा केलेली आहे. उदाहरणार्थ— मुकदमे, करारनामे, स्त्रीधन, विवाहसंबंध, स्थावर मालमत्ता, वाटणीचे नियम, गायरान-रस्ते यांची देखभाल, शेती खरेदी-विक्रीचे नियम, मालकी हक्कांसंबंधी नियम, करारभंगांची प्रकरणे, दरोडा, चोरी, अब्रुनुकसानी, मारहाण वगैरे गुन्हे शिवाय जुगार वगैरे गुन्हे आणि त्याबाबतचे नियम व शिक्षा यांवर भाष्य केलेले आहे.

चौथ्या प्रकरणातदेखील गुन्हेगारी आणि शिक्षा यांवर भाष्य आहे. याशिवाय आपत्तिनिवारण आदींवर बारा अध्यायांत भाष्य केलेले आहे. याशिवाय समाजकंटकांचा बंदोबस्त, व्यापाऱ्यांच्या फसवणुकीपासून प्रजेचे रक्षण, संशयास्पद लोकांचा बंदोबस्त, अचानक मृत झालेल्यांच्या मृतदेहाची तपासणी, शासकीय नोकरांच्या गुन्ह्याबद्दल, खून-बलात्कार यासंबंधी शिक्षा आदी विषयांवर भाष्य आहे.

पाचव्या प्रकरणात सहा अध्याय असून शासनाविरुद्ध गुप्त कारवाया करणाऱ्यांना कसे शासन करावे, याशिवाय राजाने कोषसंग्रह कसा करावा, राजाने आपल्या कर्मचाऱ्यांचा पगार कसा करावा, नोकरीवर असताना एखादा कर्मचारी मृत झाल्यास त्याच्या कुटुंबीयांच्या उदरनिर्वाहासाठी वेतन कसे द्यावे, राजाच्या आजूबाजूला असणाऱ्यांची वर्तणूक कशी असावी, राजा मृत झाल्यास अधिकारसंक्रमण कसे करावे— आदी बाबींवर चर्चा केलेली आहे.

सहाव्या प्रकरणात दोन अध्याय असून साम्राज्यासाठी आवश्यक विभाग कोणते यावर भाष्य करतानाच इतर राष्ट्रांशी कसे संबंध ठेवावेत, यावरही भाष्य केलेले आहे.

सातव्या प्रकरणात अठरा अध्याय असून यांत राज्याचे परराष्ट्रधोरण आणि

संबंध यावर भाष्य आहे. राजनीतीबद्दल वेगवेगळी सहा प्रकारची धोरणे आहेत—
ज्यांत तह, युद्ध, तटस्थ धोरण, लष्करी हालचाल, मैत्री आणि युद्ध याबाबतीत
राजाचे धोरण कशा प्रकारचे असावे, यावर भाष्य आहे.

तहासंबंधीही प्रबल शत्रूच्या बाबतीत कसे धोरण स्वीकारावे याविषयी भाष्य
आहेच. शिवाय गुप्तहेरगिरी, हेरांचे प्रकार, राजवाड्यातील लोकांची कारस्थाने,
ओलीस ठेवण्याविषयी सूचना आहेत.

आठव्या प्रकरणात पाच अध्याय असून या प्रकरणाचे नाव व्यसनाधिकार
असे आहे. यात राजावर व राज्यावर येणारी संकटे, आर्थिक संकट, आधिदैविक
आणि आधिभौतिक अनर्थ, सैन्यातील दोष, माणसांमधील दोष, त्यांवरील उपाय,
अशा अनेक विषयांवर चर्चा आहे. 'सैन्य पैशावर अवलंबून असते.' हे तत्त्व तेवीस-
चोवीसशे वर्षांपूर्वी सांगणारे चाणक्य हे एक अद्वितीय व्यक्ती होते.

नवव्या 'अभियास्यत् कर्म' असे नाव असलेल्या या प्रकरणात सात अध्याय
आहेत. यात युद्धासंबंधी चर्चा आहे. शत्रूवर हल्ला करायला योग्य काळ कोणता,
परराष्ट्रातील जनतेचा क्षोभ, तसेच स्वदेशातील जनतेतील असंतोष, त्यावरील
उपाय, युद्धात होणारा रक्तपात, प्राणहानी, द्रव्यहानी, फायदे, राजद्रोही व शत्रू
यांच्यापासून उद्भवणारी संकटे, अशा संकटांवरील अनेक उपाययोजना, नैसर्गिक
संकटे— उदाहरणार्थ— अवर्षण, अतिवृष्टी, टोळधाड, उंदरांपासून होणारा उपद्रव,
त्यावरील उपाय आदींबाबत या प्रकरणात भाष्य केलेले आहे.

दहाव्या सहा अध्याय असलेल्या प्रकरणाला 'सांग्रामिकम्' असे नाव आहे.
युद्ध आणि सैन्य या महत्त्वाच्या विषयावर या प्रकरणात भाष्य आहे. त्यात लष्करी
छावणीची रचना, सैन्याची वाटचाल, संकटाच्या वेळी तसेच आक्रमणाच्या वेळी
रक्षणाचे उपाय, गनिमी काव्याच्या पद्धतीचे प्रकार, युद्धप्रसंगी पायदल, घोडदल,
रथदल आणि हत्तीदल यांच्या कर्तव्यावर भाष्य हे या प्रकरणाचे महत्त्वपूर्ण वैशिष्ट्य
आहे. सैन्य बलवान असेल किंवा सैन्य दुर्बल असेल, तर सैन्याची रचना कशी
असावी, या महत्त्वाच्या विषयाशिवाय सैन्याचे किती प्रकारचे व्यूह आहेत, त्यावर
प्रतिव्यूह कोणते करावेत, याचा सखोल विचार यात आहे.

अकराव्या प्रकरणात केवळ एक अध्याय आहे. त्याचे नाव आहे 'संघवृत्त'.
यात शत्रूमध्ये फूट कशी पाडावी, शत्रू प्रदेशात गुप्तहेरांनी कशी कारवाई करावी,
प्रतिपक्षातील कच्चे दुवे ओळखून त्यांना आमिष कसे दाखवावे यावर भाष्य आहे.
थोडक्यात, इंग्रजांनी ज्याप्रमाणे भारतात तोडा-फोडा आणि झोडा (डिव्हाइड आणि
रूल) हे तत्त्व वापरले होते त्याचे विवेचन चोवीसशे वर्षांपूर्वी चाणक्यांनी केलेले आहे.

बाराव्या प्रकरणात पाच अध्याय आहेत. या प्रकरणाचे नाव 'आबालीअसम्' असे आहे. याचा अर्थ दुर्बलाने बलवान होईपर्यंत कसे वागावे याबद्दल चर्चा केलेली आहे. शिवाय यात राजदूताची कर्तव्ये व कारस्थाने, शत्रूचा दाणागोट-दारूगोळा-रसद यांचा विध्वंस गुप्तपणे कसा करावा, गुप्त मसलतीने किंवा कटकारस्थानाने शत्रू सैन्याचा नाश कसा करावा, शत्रूच्या सेनापतीचा वध कसा करावा, यावर उपाय सुचविले आहेत. अर्थात हे उपाय नीतिशास्त्रात बसणारे नसले तरी जो राजा लष्करी शक्तीने दुर्बल झालेला असेल, तर त्याने वापरावयाचे आहेत. इंग्रजीत याला 'एव्हरीथिंग इज फेअर इन वॉर' असे संबोधले जाते.

तेराव्या प्रकरणातही पाच अध्याय असून यात किल्ला काबीज करण्याचे मार्ग सांगितलेले आहेत. म्हणूनच या प्रकरणाला 'दुर्गलंभोपाय:' असे संबोधले आहे. शत्रुपक्षात भेद निर्माण करावा, कपटानेही शत्रूचे उच्चाटन करावे, शत्रूला घेरून त्याची दाणादाण कशी उडवावी याचे मार्गदर्शन केलेले आहे. शिवाय गुप्तहेरांची कारस्थाने आदींच्या चर्चेबरोबरच जिंकलेल्या प्रदेशावर जम कसा बसवावा, याबाबतची चर्चा आहे.

चौदाव्या प्रकरणात चार अध्याय असून याचे नाव 'औपनिषदिकम्' असे आहे. चाणक्यांच्या काळी मंत्र, तंत्र, करणी, जाग्रण आदींचा प्रभाव असल्याने मंत्र, तंत्र सामर्थ्याने आणि अद्भुत शक्ती जागृत करून शत्रूचा नाश कसा करावा, याबद्दल मार्गदर्शन केलेले आहे. शिवाय शत्रूला फसविण्यासाठी जडी-बुटी-औषधे, मंत्र आदींचा उपयोग कसा करावा. तसेच शत्रूने मंत्र-तंत्राचा प्रयोग केल्यास त्याचा प्रतिकार कसा करावा यावर चर्चा केलेली आहे. एकूणच, वर्तमानकाळात या अध्यायातील मार्गदर्शनाचा उपयोग नाही.

पंधराव्या प्रकरणाचे नाव 'तंत्रयुक्ती' असून अर्थशास्त्राचा शेवटचा म्हणजे पंधरावा अध्याय आहे. यात कौटिलीय अर्थशास्त्र हा ग्रंथ विष्णुगुप्त म्हणजेच चाणक्य यांनीच रचला असल्याचा व यातील सूत्रेही त्यांनीच रचल्याचा स्पष्ट उल्लेख आहे. हाच ग्रंथाचा शेवट आहे.

चाणक्यसूत्रे ही सुभाषितांसारखी आहेत, जी एकंदर ५७१ आहेत. उदाहरणार्थ— सुखाचे मूळ धर्मात आहे, सर्व कार्ये अर्थानेच सिद्धीस जातात, दान हाच धर्म आहे किंवा आपले मर्म प्रगट करू नये, अशी सुंदर-सुंदर सुभाषितांसारखी वाक्ये आहेत.

इ. स. १७१६ मध्ये रामचंद्रपंत अमात्य यांनी छत्रपती श्री शिवरायांपासूनच्या कारकिर्दीत मिळालेल्या स्वानुभवावरून 'आज्ञापत्र' हा ग्रंथ लिहिला, ज्यात अर्थशास्त्रातील कल्पना आढळतात. यावरून भारताच्या राजनीतीतील आचार्य चाणक्यांच्या या

ग्रंथाचे महत्त्व अबाधित राहिले होते, हे स्पष्टपणे जाणवते.

अर्थशास्त्र हा ग्रंथ लिहून आचार्य चाणक्य हे जगप्रसिद्ध झाले, यात शंका नाही. इटलीचा लेखक मॅकीयाव्हिली याने असाच एक प्रयत्न केला होता. अर्थात त्याच्या 'प्रिन्स' या ग्रंथाची तुलना अर्थशास्त्राशी होणेच शक्य नाही, कारण त्यात कुटिल राजनीती होती— जी अर्थशास्त्रात नाही. शिवाय तो ग्रंथ अर्थशास्त्रानंतर जवळजवळ अठराशे वर्षांनंतर लिहिला गेला आहे. एकूण राजनीतिशास्त्र, समाजशास्त्र आणि युद्धशास्त्रावर सखोल चर्चा व भाष्य करणारा कौटिलीय अर्थशास्त्र हा अजरामर असा अद्वितीय ग्रंथ आहे, यात शंकाच नाही. हेच आचार्य चाणक्यांचे मोठेपण आहे. आपल्या कल्पनेतील विशाल अखंड भारत शिष्य चंद्रगुप्ताच्या साथीने निर्माण करून त्या साम्राज्यावर चंद्रगुप्तालाच सम्राटपदी बसविणाऱ्या नि:स्वार्थ, निर्लोभी आचार्य चाणक्यांना शतश: प्रणाम...!